பூமியெங்கும் பூரணியின் நிழல்

பூமியெங்கும் பூரணியின் நிழல்

குமாரநந்தன் (பி. 1973)

சேலம் மாவட்டம் மல்லூரில் தேநீர் கடை நடத்திவருகிறார். இவரது முந்தைய சிறுகதைத் தொகுப்பு 'பதிமூன்று மீன்கள்' 2004இல் வெளிவந்தது.

மின்னஞ்சல்: kumaarananthan@gmail.com
கைபேசி : 9715176101

குமாரநந்தன்

பூமியெங்கும் பூரணியின் நிழல்

காலச்சுவடு பதிப்பகம்

பூமியெங்கும் பூரணியின் நிழல் ♦ சிறுகதைகள் ♦ ஆசிரியர் : குமாரநந்தன் ♦ © பாலமுருகன் ♦ முதல் பதிப்பு: மே 2014 ♦ வெளியீடு: காலச்சுவடு பப்ளிகேஷன்ஸ் (பி) லிட்., 669, கே.பி. சாலை, நாகர்கோவில் 629001

காலச்சுவடு பதிப்பக வெளியீடு: 573

puumiyenkum puuraNiyin nizal ♦ Short Stories ♦ Author: Kumarananthan ♦ © Balamurugan ♦ Language: Tamil ♦ First Edition: May 2014 ♦ Size: Demy 1 x 8 ♦ Paper: 18.6 kg maplitho ♦ Pages: 144

Published by Kalachuvadu Publications Pvt. Ltd., 669, K.P. Road, Nagercoil 629001, India ♦ Phone: 91-4652-278525 ♦ e-mail: publications @kalachuvadu.com ♦ Wrapper printed at Print Specialities, Chennai 600014 ♦ Printed at Mani Offset, Chennai 600005

ISBN: 978-93-82033-40-0

05/2014/S.No. 573, kcp 1097, 18.6 (1) ILL

பொருளடக்கம்

முன்னுரை: புதிய கோணம் 9

வெளிறிய அந்திமாலை 15

விபத்து 23

மெய்பிம்பம் மாயபிம்பம் 26

கடவுளுடன் ஒரு மாலைக் காட்சி 34

தொலைதல் 44

மழையில் எரியும் நினைவுகள் 58

பூமியெங்கும் பூரணியின் நிழல் 66

நெருஞ்சி வெளி 72

மகான்கள் 80

நதி 91

பசி மழை 100

மழையை இயக்குபவன் 110

சபிக்கப்பட்ட நிலம் 117

திரும்புதல் 127

இருவர் 134

முன்னுரை

புதிய கோணம்

ஒவ்வொரு ஆண்டும் அறுபது அல்லது எழுபது புத்தகங்களை வாங்குகிறேன். சில புத்தகங் களை உடனடியாகப் படித்துவிடுவேன். இன்னும் சில புத்தகங்களைச் சற்றே தாமதமாகவாவது படித்து முடித்துவிடுவேன். எந்தக் காரணமும் இல்லாமலேயே பத்து அல்லது பதினைந்து புத்தகங்கள் அடுக்குகளிலேயே தங்கிவிடும். வேறொரு தருணத்தில் எடுத்துப் படிக்க வேண்டும் என்று நினைத்தாலும் உட்கார முடியாதபடி வேலைகள் பிறிதொரு திசையைநோக்கி என்னை இழுத்துச் சென்றுவிடும்.

பத்தாண்டுகளுக்கு முன்பாக, சென்னை புத்தகக் கண்காட்சியில் நான்கைந்து பைகள் நிறைய புத்தகங்களை வாங்கிக்கொண்டு வந்தேன். அவற்றில் 'பதிமூன்று மீன்கள்' என்கிற சிறு கதைத் தொகுதியும் இருந்தது. அந்த ஆண்டில் அந்தத் தொகுதியைத்தான் முதலில் படித்தேன். ஒரே நாளில் படித்து முடித்துவிட்டேன். அக்கதை களை எழுதியவர் பாலமுருகன் என்பவர். அது வரைக்கும் அந்த எழுத்தாளரின் பெயரை நான் அறிந்ததில்லை. அத்தொகுதியின் பின்னட்டையில் அவர் படம் அச்சிட்டிருந்தது. இளைஞர். அவருடைய சொந்தப் பெயரே அதுதான் என்று தெரிந்துகொண்டேன். நம்பிக்கையளிக்கும் வகை யில் அவருடைய கதைமொழி அமைந்திருந்தது. எதிர்காலத்தில் அவர் சிறந்த சிறுகதையாசிரியராக

மிளிரக்கூடும் என்ற நம்பிக்கை எழுந்தது. அப்போது காலச்சுவடு இதழில் மாதந்தோறும் நம்பிக்கையூட்டும் இளம் எழுத்தாளர் களைப் பற்றிய ஒரு பத்தியை எழுதிவந்தேன். உடனே அவருடைய படைப்புலகத்தைப் பற்றிய ஒரு சின்ன கட்டுரையை அந்தப் பத்திவரிசையில் எழுதினேன்.

அதற்குப் பிறகு அவருடைய கதைகள் எந்த இதழில் வெளிவந்தாலும் உடனே படித்துவிடுவேன். சில ஆண்டு களுக்குப் பிறகு எந்த இதழிலும் அவர் பெயர் காணப்பட வில்லை. ஒருவேளை நான் தவறவிட்டிருக்கலாம் என்று நினைத்துக்கொண்டேன். தற்செயலாக ஒரு பத்திரிகையில் ஒரு சிறுகதையைப் படித்தேன். அது மிகவும் பிடித்திருந்தது. எழுதியவரின் பெயரும் புதிய பெயராக இருந்தது. குமார நந்தன். நம்பிக்கையூட்டும் ஓர் எழுத்தாளர் எழுத வந்திருப்பதாக நினைத்துக்கொண்டேன்.

எழுத்தாளர் பெருமாள்முருகன் ஏற்பாடு செய்திருந்த ஓர் இலக்கிய நிகழ்ச்சியில் கலந்துகொள்ளச் சென்றிருந்த போது, தற்செயலாக எழுத்தாளர் பாலமுருகனைச் சந்தித்தேன். பேச்சோடு பேச்சாக "உங்கள் படைப்புகளை இப்போதெல்லாம் பார்க்கமுடியவில்லையே, ஏன்" என்று கேட்டேன். அப்போது அவர் தான் தொடர்ந்து குமாரநந்தன் என்கிற புனைபெயரில் எழுதிவருவதாகச் சொன்னார். பல பாலமுருகன்கள் எழுத்துத் துறையில் இருந்ததால், குமாரநந்தன் என்ற புனை பெயரைத் தேர்ந்தெடுத்துக்கொண்டதாகச் சொன்னார். குமாரநந்தன் என்கிற பெயரில் அப்போதுதான் படித்து நினைவிலிருந்த சிறுகதையைப்பற்றிய எண்ணங்களை நான் அன்று அவரோடு பகிர்ந்துகொண்டேன்.

புதிய கதைகளின் தொகுதிக்கு 'பூமியெங்கும் பூரணியின் நிழல்' என்னும் தலைப்பிட்டுள்ளார் குமாரநந்தன். என் தொடக்ககால நம்பிக்கை ஆழமாக வேரூன்றும்வகையில் அவர் படைப்பூக்கத்தோடு செயல்படுவதை நினைத்து எனக்கு மனநிறைவாக உள்ளது.

வடிவத்துக்கான் எவ்வித விசேஷ முயற்சியுமில்லாமல், மிகவும் இயல்பான வகையில் ஒவ்வொரு கதையின் தொடக்கமும் இருக்கிறது. அது குமாரநந்தனின் பலம் இரண்டு மூன்று நிமிடங்கள் தொடர்ந்து படிக்கிற வாசகர்களைக்கூட, கதை தன்னைநோக்கி இழுத்துக்கொள்கிறது. வாசகர்களுக் கான இடைவெளியோடு ஒவ்வொரு கதையும் சிறப்பாக எழுதப்பட்டுள்ளது.

‘திரும்புதல்’ இத்தொகுதியின் மிகச்சிறந்த எடுத்துக்காட்டு. நோயாளித் தந்தை. உழைத்துச் சோறுபோடும் அம்மா. ஒரே மகன். சின்னச் சின்ன உதவிகளோடு அந்தக் குடும்பத்தை நெருங்கிவந்து, அம்மாவின் மனத்தில் இடம்பிடித்துவிடும் சிவசண்முகத்தை அந்தச் சிறுவன் வெறுக்கிறான். அவனோடு இணைத்து ஜாடைகாட்டிப் பேசும் நண்பர்களை வெறுக்கிறான். அவர்களுடைய விளையாட்டை வெறுக்கிறான். படிப்பை வெறுக்கிறான். ஆனால் அம்மாவை மட்டும் அவனால் வெறுக்க முடியவில்லை. ஊரைவிட்டுப் போக முடிவெடுக்கும் அம்மா, மகனை எழுப்பிச் சொல்லிவிட்டுச் செல்கிறாள். விருப்பமிருந்தால் தன்னோடு வரலாம் என்றொரு வாய்ப்பையும் அவனுக்குமுன் வைக்கிறாள். அம்மாவின் பாசம் அவனைத் தடுமாறவைத்துவிடுகிறது. சட்டென்று எழுந்து அம்மாவின் பின்னால் நடக்கிறான். ஆனால் அந்த உறுதி வெகுநேரம் நீடிக்கவில்லை. கருக்கலில் பேருந்து நிறுத்தத்தில் இவ்விருவருக் காகவும் காத்திருக்கிறான் சிவசண்முகம். பேருந்து வராதது குறித்து மூவரும் பதற்றப்படுகிறார்கள். ஆனால், பேருந்து வந்து நிற்கும் தருணத்தில், அவன் சட்டென்று மனம் மாறி விடுகிறான். அவர்களோடு வரப்போவதில்லை என்று அறிவித்துவிடுகிறான்.

அந்த அறிவிப்பு அவர்களைக் கலங்கவைக்கிறது. அவர் களுக்காக நின்ற பேருந்து, அவர்களை ஏற்றிக்கொள்ளாமலேயே சென்றுவிட்டது. கதையை அந்தப் புள்ளியோடு நிறுத்தி விடுகிறார் குமாரநந்தன். அப்படியென்றால், அவர்கள் ஊரை விட்டு வெளியேறினார்களா அல்லது ஊருக்கே திரும்பினார்களா என்கிற கேள்வி எஞ்சுகிறது. வெளியேறியிருந்தாலும் சரி, திரும்பியிருந்தாலும் சரி, அந்தச் சிறுவனின் மனம் அவர்களை ஏற்றுக்கொண்டதா இல்லையா என்பதும் முக்கியமான கேள்வி. ‘திரும்புதல்’ என்னும் தலைப்பு, அவர்களுடைய வீடு திரும்புதலாகவும் இருக்கலாம். அல்லது ஒவ்வொருவருடைய மனத்தின் திரும்புதலாகவும் இருக்கலாம். சிறுவனின் கசப்பு உதிர்ந்துபோக, அவர்களுடைய உறவு கள்ளத்தனமாகவோ அல்லது நல்லத்தனமாகவோ தொடர்வதாகவும் இருக்கலாம். பல்வேறு சாத்தியங்களை வாசகர்கள் உருவாக்கிக்கொள்ளும் வகையில் முடிவு கச்சிதமாக இருக்கிறது. இத்தகு கதைகளில் குமாரநந்தனின் கதையாளுமை மிக உச்சத்தில் இருக்கிறது.

‘மழையில் எரியும் நினைவுகள்’ குறிப்பிட்டுச் சொல்ல வேண்டிய இன்னொரு சிறுகதை. ஒவ்வொரு தோல்வி யனுபவமும் பற்றியெரியும் நினைவாகப் படர்கிறது. அந்த

நினைவின் நெருப்பில் அவன் மனம் எரிகிறது. தற்கொலை முடிவுக்கு முந்தைய கணம்வரைக்குமான தோல்வி அனுபவங் கள் வெளியே பொழியும் மழைபோலத் தொடர்ந்து அவன்மேல் இறங்கி அழுத்துகின்றன. அந்தச் சுமை தாளாமல் அவன் மனம் மரணமெய்திவிடுகிறது. தற்கொலை அவன் உடலை மட்டுமே பிரித்தெடுத்து அடங்குகிறது. குடும்பத்தில் மூத்தவன் அவன். தம்பிக்கு விட்டுத்தரும் எண்ணத்தைத் தொடக்கத்தி லிருந்தே ஊட்டி ஊட்டி வளர்க்கிறார்கள் அவனுடைய பெற்றோர். சட்டைத்துணி முதல் விளையாட்டுப் பொம்மை வரை மூத்தவன் தேர்ந்தெடுப்பதுதான் இளையவனுக்குப் பிடிக்கிறது. இளையவன் அழாமல் அமைதியாக இருக்க வேண்டும் என்பதற்காக, மூத்தவனை விட்டுக்கொடுக்க வைக்கிறார்கள். பிள்ளைகள் வளர்ந்து பெரியவர்களாக மாறும் போது, அதே பெற்றோர் 'மூத்தவன் மந்தம், சின்னவன் சூட்டிகையானவன்' என்று பட்டம் கட்டுகிறார்கள்.

அந்தப் பட்டம் மூத்தவனுக்கு மன உளைச்சலைத் தருகிறது. அவன் பக்கத்து வீட்டுப் பெண்ணை விரும்பி, அவளைத் தனக்கு மணம் செய்துவைக்குமாறு பெற்றோரிடம் கேட்கிறான். அக்கா தங்கையாக நினைத்துப் பழகிவிட்டுப் பெண்ணைக் கொடுக்குமாறு கேட்பது அவமானம் என்று மறுத்துவிடுகிறார்கள் பெற்றோர். ஆசைப்பட்டது கிடைக்காத போது அவன் உடைந்துபோகிறான். அந்தத் தோல்வியுணர்வி லிருந்து அவனால் மீளவே முடியவில்லை. ஒருநாள் அதே பெண்ணைத் தனக்காகக் கேட்டு திருமணத்துக்கு ஏற்பாடு செய்யும்படி, அவன் தம்பி பெற்றோரிடம் கேட்டுக்கொள்கிறான். முதலில் அவமானம் என்று சொன்ன அதே பெற்றோர், இளையவனின் பிடிவாதத்துக்குப் பணிந்து உடன்பட்டுப் பேசி திருமணத்துக்கு நாள் குறித்துவிடுகிறார்கள். அந்தச் செயல் அவனைப் படாதபாடு படுத்துகிறது. தோல்வியின் எல்லைப் புள்ளிக்கே அவனைத் தள்ளிவிடுகிறது. அதற்குப் பிறகுதான் அவன் தற்கொலைக்கான முடிவை எடுக்கிறான்.

'பூமியெங்கும் பூரணியின் நிழல்' ஓர் அபூர்வரகமான கதை. ஒரு காலத்தில் காதலியாக இருந்தவள் பூரணி. காதலித்தவளைக் கல்யாணம் செய்துகொண்டால் சொத்து கிடையாது எனச் சொல்லப்பட்டதால் அவன் தந்திரமாக அவளை விலக்கிவிடுகிறான். அவன் வாழ்விலிருந்து விலகிச் செல்லும் அவள் திசை புரியாமல் தவித்துக் குழம்பி தத்தளிப்பதைப் பார்க்கவே அவன் மனம் உள்ளூர விரும்புகிறது. மாறாக, அவள் தனக்குப் பொருத்தமான இன்னொருவனைத்

தேடி மணம் முடித்துக்கொண்டு இவனுக்கு முன்னாலேயே வாழ்க்கையை நடத்துகிறாள். அந்த ஏமாற்றத்தின் உந்துதலில் அவனும் திருமண ஏற்பாட்டுக்கு இசைந்து பெற்றோர் காட்டும் பெண்ணைப் பார்க்கச் செல்கிறான். அந்தப் பெண்ணின் முகத்தில் பூரணியின் சாயலைப் பார்க்கிறான். அது பூரணி யின் முகச்சாயல் அல்ல. அவள் செய்கையின் சாயல். இன்னொருவனால் கைவிடப்பட்டு; பொருத்தமானவனுக்காகக் காத்திருக்கும் பெண்ணின் சாயல். ஒரு கட்டத்தில் தன் அம்மாவின் முகத்திலும் அதே சாயல் தெரிகிறது. பெண் குலத்தினர் முகமெங்கும் அதே சாயல். கைவிடப்பட்ட சாயல். இன்னொரு கோணத்தில் ஆண் குலத்தினரின் முகத்திலும் அதே சாயல். இந்த மானுடகுலமே கைவிடப்பட்ட சாயலோடு உள்ளது.

பழகிய கிராமம். பழகிய தெருக்கள். பழகிய மனிதர்கள். பழகிய களங்கள். ஆனால் அவற்றைப் புதிய வெளிச்சத்தில் நமக்குக் காட்டுகிறார் குமாரநந்தன். அவர் காட்டும் கோணத்தின் வழியாக நாமும் சேர்ந்து பார்க்கும்போது, வாழ்க்கையை இன்னும் விரிவாகப் புரிந்துகொள்ள முடிகிறது.

குமாரநந்தனுக்கு மனமார்ந்த வாழ்த்துகள்.

பெங்களூர் அன்புடன்
07.10.2013 **பாவண்ணன்**

வெளிறிய அந்திமாலை

கோமதி கொஞ்சம் கொஞ்சமாகக் கோமதி யம்மாளாக மாறிவிட்டார். ஒருவேளை அப்படிச் சொல்ல முடியாது. கோமதியின் தலைமுடிதான் காலத்திற்கு முன்னமே நரைக்க ஆரம்பித்துவிட்டது. அப்படி நரைக்காமலிருந்திருந்தால் அவர் இன்னும் கூடக் கொஞ்ச காலத்திற்குக் கோமதியம்மாளாக மாறியிருக்கமாட்டார். நாள் கணக்கில் அவர் வீட்டை விட்டு வெளியே வருவதில்லை. மாதத்தில் ஒரு நாள் மட்டும் அவர் தலைக்குக் கூடுதலாக எண்ணெய் பூசி, இறுக்கமாக ஜடை பின்னி, அசைக்க முடியாத கொண்டை போட்டு வெளியில் கிளம்புவார். கணவரின் இறப்புக்குப் பின் பென்சன் வாங்குவதற்காக மட்டுமே வீட்டின் கதவைத் திறந்து வெளியேறுவார். அந்தச் சமயங்களில் உலகம் மனத்தின் அற்புதமான வெளிப்பாடு என்பது போல் தோன்றும். கணவர் இறந்த விபத்து நடந்த இடத்தைக் கடக்கும்போது பழைய நினைவுகள் புத்தம் புதிதாகி அதே சாயங்காலம் இன்னும் அப்படியே அங்கே உறைந்திருப்பதாய்த் தோன்றும்.

விபத்து நடந்தபோது மாலை ஆறுமணி. அது சமீபத்தில் ஒருவழியாக்கப்பட்ட சாலை. வாகனங் கள் சுதந்திரமாகவும் வேகமாகவும் சென்றுகொண் டிருந்தன. ஒரு மனம் நடுங்கும் கிறீச்சிடலும் அதைத் தொடர்ந்து ஒரு பதற்றமும் பரிதவிப்பும் சாலையில் வெடித்துச் சிதறின. உடலைத் தூக்கிப் போடும் படாரென்ற சத்தம் கேட்டது. இளைஞனைப் போல உடையணிந்த முதியவரொருவர் சாலையில் விழுந்துகிடந்தார். அவர் மீசையும் தலைமுடியும்

அதீதக் கருமையாயிருந்தன. அது சாயமேற்றப்பட்டதென நன்றாக யூகிக்க முடிந்தது. அவரை மோதிய வாகனம் எதுவென்று தெரியவில்லை. அந்த வாகனம் அவரை மோதியதும் செப்பிடு வித்தை மாதிரிமறைந்துவிட்டது.

போக்குவரத்தின் வேகம் மட்டுப்பட்டுவிட்டது. இன்னும் எவ்வளவு ரோடு போட்டாலும் இப்படித்தான் எனும் மன நிலையில் வாகனப் பயணிகள் ரோட்டில் கிடப்பவரைத் திரும்பிக்கூடப் பார்க்காமல் எரிச்சலுடன் கடந்தனர். உயிர்ச் சூட்டோடு ரத்தம் தார்ச் சாலையில் பரவிக்கொண்டிருந்தது.

கந்தலான ஒருத்தர் ஓடித் தலையைப் பிடித்துத் தூக்கிப் பார்த்து அரண்டுபோய்க் கத்தினார், “ஐயா ஐயா உயிர் இருக்குதுய்யா. தூக்குங்கய்யா ஆஸ்பத்திரிக்கி”. அவரை ஒரு பழைய காலத்தைச் சேர்ந்த முட்டாள் என்பது மாதிரி எல்லோரும் பார்த்தனர்.

“வாய்யா இப்படிப் பெரிய டாக்டர் மாதிரிப் போய்த் தொடுற”. கூட்டத்தில் ஒருத்தர் எரிச்சலுடன் கத்தினார். கடையில் இருந்து ஒருத்தர் தண்ணீர் கொண்டுவந்து வாயில் ஊற்றினார். ரத்தத் திவலைகள் மிதக்கத் தண்ணீர் வாயில் தேங்கி நின்றது.

போலீசும் ஆம்புலன்சும் வந்தபோது அது பிரேதமாகி யிருந்தது. போலீசார் ஜீப்பிலிருந்து இறங்கிப் பார்வை யிட்டனர். பிரேதத்தின் பாக்கெட்டிலிருந்து செல்போன் ஒலித்தது.

விதவிதமாய்ச் சமைப்பதில் கோமதியம்மாள் மிகவும் ஆர்வத்துடனிருந்தார். பிள்ளைகளை ஹாஸ்டலிலிருந்து அழைத்து வரும்போது அவர்களுக்கு வழக்கமான உணவுகளைத் தரக் கூடாது என்று கண்டிப்பாக நினைத்தார். சாதாரணமாகவே அவர் ஒரு ரசம் வைத்தாலும் அது வெறியூட்டக்கூடிய அளவுக்குச் சுவையாய் இருக்கும். அப்படி ஒரு நுட்பமான கைப்பாகம் அவருக்கு வாய்த்திருந்தது. மேலும் ஏராளமான சமையல் புத்தகங்களை வாசித்து அற்புதமான நூலகம் மாதிரித் தேர்ந்த உணவுச் செய்முறைகளைத் தன் மூளையில் அடுக்கி வைத்திருந்தார். கணவரின் மறைவுக்குப் பிறகு சமையல் என்ற விசயத்தையே கோமதியம்மாள் புறக்கணித்துவிட்டார். தனக்காக மட்டுமே சமைத்து அதைத் தான் மட்டுமே உண்பது கொடுமையாய் இருந்தது. பிரட், பிஸ்கெட், நூடுல்ஸ் என உணவு முறை மாறிவிட்டது. தாமோதரனை நாலு நாட்களாய்க் காணவில்லை. நூடுல்ஸ் பாக்கெட்டுகள் தீர்ந்துவிட்டன.

வானம் நீண்ட நேரமாய்க் கவிந்திருக்கிறது. காற்றின் சூடு அடங்கிவிட்டது. போர் அடித்தது. தாமோதரன் ஒரு நாளைச் சலிப்பில்லாததாய் மாற்றிவிடுவான். வீட்டிலிருந்த காற்றின் ஒவ்வொரு அணுவிலும் தனிமையென முத்திரை யிட்டிருந்தது. அவர் அந்தக் காற்றை வீட்டிலிருந்து வெளியேற்ற விரும்பினார். சோபாவிலிருந்து எழுந்து பால்கனி அருகே சென்றார். குளிர்ச்சியான இளம் கருமை நிறக் கண்ணாடி போர்த்திய ஜன்னலை நீக்கினார். ஒரு மூட்டை பிரிந்து கொட்டுவதைப் போல வெளிக்காற்று அவர்மேல் கொட்டியது. தானாய் ஒரு புன்னகை விரிய வெளியே வேடிக்கை பார்த்தார். தூரத்தில் உயரமான லான்லி சூப்பர் மார்க்கெட் தெரிந்தது. அங்கே சாமான்களை எப்படி வாங்குவதென கோமதியம்மாள் தான் தாமோதரனுக்குச் சொல்லிக்கொடுத்தார். நாளை அவன் வந்தால் நூடுல்ஸ் வாங்கிவர அனுப்ப வேண்டும். கீழே தள்ளு வண்டியில் காய்கறிகள் நகர்ந்துகொண்டிருந்தன. உடனே அவருக்கு இந்த நாள் கணவர் இறந்த நாளாய் மாறிவிட்டது.

வீட்டைத் துடைப்பது, துணிகளை அலசிப் போடுவது போன்ற வேலைகளை அன்று மத்தியானமே செய்து முடித்து விட்டார். பரபரவென்று வேலைகளைச் செய்து முடிக்க வேண்டிய அவசியம் அவருக்கு எப்போதுமே இருந்ததில்லை. எவ்வளவு நிதானமாகச் செய்தாலும் வேலைகள் சீக்கிரமே முடிந்துவிடும். பிறகு வெறுமையாய்க் கழியும் பகல் பொழுது. டிவி சேனல்களைக் கொஞ்ச நேரம் மாற்றிக்கொண்டிருந்தார். அது வீட்டு வேலைகளை விட மிகுந்த அலுப்புத் தருவதாய் இருந்தது. டிவியை அணைத்துவிட்டு வார இதழ்களைப் புரட்ட ஆரம்பித்தார். அப்படியே தூங்கிவிட்டார்.

விழிப்பு வந்தபோது பொழுது மறைந்துவிட்டது. அறைக்குள் வெளிச்சமின்றி இருந்தது. வேகமாக எழுந்து விளக்கைப் போட்டார். பகல் பொழுது கழிந்துவிட்டது குறித்து மகிழ்ச்சியும் இரவு வெகுநேரம் தூக்கம் வராமல் அவதிப்பட வேண்டுமே என்ற கவலையும் ஒன்றாய் மனத்தில் எழுந்தன. கொஞ்சமாய்க் காபி தயாரித்துக் குடிக்க ஆரம்பித்தார். நாளைய சமையலுக்குக் காய்கறிகள் இல்லையென்பது நினைவுக்கு வந்தது. அவரை இன்னும் காணவில்லை. போன் செய்து சொல்லிவிட்டால் வரும்போது வாங்கிவந்துவிடுவார். காபியைக் குடித்துவிட்டு அவருடைய செல் நம்பருக்கு டயல் செய்தார். ரிங் போய்க் கொண்டே இருந்தது. வழக்கமாக அவர் ஒரு ரிங்கிலேயே எடுத்துவிடுவார்.

கோமதிக்கு உள்ளுக்குள் ஏதோ ஒன்று அசைந்து நகர்ந்தது. கட்டுப்படுத்த முடியாமல் உள்ளுணர்வு வளர்ந்தது. அவர் தன் கைகளில் மெல்லென நடுக்கம் பரவுவதைப் பார்த்து எரிச்சலடைந்தார். போன் ஆன் ஆகிவிட்டது. "ஏங்க வீட்டுக்கு வரும்போது அப்படியே . . ."

"ஹலோ" என்றது சம்பந்தமில்லாத மனிதரின் குரல். கோமதி கலவரமடைந்தார். தகவலைச் சொல்வதற்கு முன்னமேயே அது அவர் மனத்தை அடைந்துவிட்டது. அவருக்கு உடனடியாகத் துயரத்தைவிட இந்த நிகழ்வைத் தான் எப்படித் தனியாகச் சமாளிக்கப்போகிறோம் என்ற பீதிதான் உருண்டு அடைத்துக்கொண்டது. அனிச்சையாய் மகன்களுக்குப் போன் செய்தார். வீட்டைப் பூட்டிக்கொண்டு ஓடினார். ஒவ்வொரு அடிக்கும் கால்கள் அடுத்த அடியை மறந்து குழம்பின. கடலலை மாதிரி காற்று வாய்க்குள் சென்றது. சேலை முந்தியைச் சுற்றி வாயைப் பொத்திக் கொண்டு ஓடினார்.

அது நடந்து ஆறேழு மாதங்கள் ஆகிவிட்டன. கணவரின் மறைவுக்குப் பின்னர்தான் அவர் இந்தத் தனிமையை உணர்ந்து கொண்டார் எனச் சொல்ல முடியாது. திருணமாகி வந்து ஒரு மாதத்துக்கு மட்டும் சந்தைக் கடை மாதிரியான ஒரு வீட்டுச் சூழலில் இருந்தார். வீட்டுக்காரர் பெயர் கனகராஜ். கல்யாணம் செய்துகொண்டு வந்த ஒரு மாதத்தில் அவருக்கு சார் பதிவாளர் அலுவலகத்தில் வேலை கிடைத்துவிட்டது. தமிழகத்தின் தென்கோடியில் குளச்சலில் அவருக்குப் பணியிடம் ஒதுக்கப்பட்டிருந்தது. உறவினர்களோ நண்பர்களோ அணுக முடியாத தொலைவு. அங்கே அவர் நான்கு வருடங்கள் பணிபுரிந்தார். கோமதிக்கு அப்போதே தனிமை நன்றாக அறிமுகமாகிவிட்டது.

மதுரைக்கு மாற்றலான பின்பு பெரியவன் சேதுவும் இளையவன் சக்திவேலும் பிறந்தனர். பத்து வருடங்கள் கலகலப்பாகச் சென்றன.

கரண்ட் போய்விட்டது. மழைக் காற்று மேற்காக வீசுகிறது. மேற்குக் காற்று வந்தால் பால்கனியில் சாரல் உள்ளே வரும். திறந்திருந்த ஜன்னலை மூடிவிட்டார். சார்ஜ் லைட்டைப் போட்டார். சேதுவுக்குப் போன் செய்ய நினைத்து உடன் அந்த எண்ணத்தைக் கைவிட்டார்.

கனகராஜ் மகன்களை எந்தப் பிசிறுமில்லாமல் கச்சிதமாக வளர்க்க விரும்பினார். வீட்டுச் சூழல் சரிப்படாது என அவர் தெளிவான ஒரு கருத்தைக்கொண்டிருந்தார். ஆரம்பப் பள்ளி முடிந்தவுடனே அவர்களைக் கொண்டுபோய்

ஹாஸ்டலில் சேர்த்துவிட்டார். கோமதி எவ்வளவோ அழுதும் வாதாடியும் எதுவும் நடக்கவில்லை.

பிள்ளைகள் இனித் தன்னுடையவர்கள் அல்ல என்று கோமதி அப்போதே உணர்ந்துகொண்டார். மகன்கள்மீதான ஏக்கம் அவர் மனத்தைப் பெரும்பாரமாக அழுத்தியது. அந்தக் காலகட்டத்தில் அவர் மனத்தில் ஏதேதோ நிறங்களும் சம்பந்தமில்லாத காட்சிகளும் தோன்றின. அது சித்தப் பிரம்மையின் அறிகுறியாகக்கூட இருக்கலாம். தெரியவில்லை. அவர் இது குறித்து மருத்துவர் யாரையும் சந்திக்கவில்லை.

பிள்ளைகள் பைத்தியம் பிடித்தவர்கள்போலத் தோன்றினார்கள். பிடிப்பற்று மிதக்கும் பரிதவிப்பு அவர்கள் முகத்தில் ஆழமான தடத்தைப் பதித்திருந்தது. இரண்டு மாதத்துக்கு ஒருமுறை வீட்டுக்கு அழைத்துவரும்போது அவர்கள் அம்மாவைக் கட்டிக்கொண்டு அழுதார்கள். தனக்கு இப்படி ஒரு அவலத்தை உண்டாக்கித் தந்த கணவர்மீதான பிடிப்பு அவருக்கு அப்போதே விலகிவிட்டது.

கனகராஜ் இதனாலெல்லாம் பெரிதாக ஒன்றும் பாதிக்கப் படவில்லை. போகப்போக எல்லாம் சரியாகிவிடும் என்பதை எப்போதும் தயங்காமல் சொன்னார். அவர் சொன்னது மாதிரி குழந்தைகள் ஒன்றிரண்டு வருடங்களில் அந்தப் பாதிப்பிலிருந்து மீண்டுவிட்டனர். வரும்போதெல்லாம் தங்கள் நண்பர்களைப் பற்றிய கதைகளைப் பேசிக்கொண்டிருந்தார்கள். வளர வளர வீட்டுக்கு வருவதற்கான அவர்களின் ஆர்வம் குறைந்துகொண்டே வந்தது. சில சமயம் நண்பர்களைக் கூட்டி வந்தார்கள்.

கோமதிக்கு அது போகப் போகச் சரியாகவில்லை. சகிக்க முடியாத இந்த நிலையை மாற்றிவிட முடியாதா என அவர் வருடக்கணக்கில் ஏங்கிக்கொண்டிருந்தார். மகன்கள் அவர் கண்களுக்குத் தெரியாமலேயே ஆண்களாக மாறினர். கல்லூரியில் படித்துக்கொண்டிருக்கும்போதே மிகப் பெரிய சம்பளத்தோடு வேலைக்குத் தேர்வானவர்கள். தங்கள் வாழ்க்கையை எப்படி அமைத்துக்கொள்ள வேண்டுமென அவர்கள் யாருடைய ஆலோசனையும் கேட்கவில்லை. ஒருவேளை அவர்கள் நண்பர்களிடம் அது பற்றிப் பேசி இருக்கலாம். பெரு நகரங்களில் அவர்கள் தங்கள் ஜாகைக்கு இடம் பிடித்துக்கொண்டனர். உடன் பணிபுரியும் பெண்களைக் காதலித்துத் திருமணம் செய்துகொண்டனர். பெற்றவர்களைப் பார்க்க வீட்டுக்கு வருவது சடங்காகி, சம்பிரதாயமாகி அப்படி அப்படியே வழக்கொழிந்துவிட்டது.

கனகராஜுக்கு இதைப் பற்றியெல்லாம் சிந்தனை இருந்ததா இல்லையா தெரியவில்லை. கோமதி எவ்வளவு புலம்பினாலும் அவரால் சிரிக்க முடிந்தது. அவர் உடலில் வரிசையாக நோயின் குறிகள் தோன்றின. சர்க்கரையாலும் குறைந்த ரத்த அழுத்தத்தாலும் சிறுநீரகக் கோளாறாலும் அவதிப்பட்டார். ஒரு நாளைக்கு அவர் விழுங்கும் மாத்திரைகள் வியப்பூட்டும் அளவுக்கு இருந்தன. ஏதாவது ஒரு நோய் அவரை வாரிக்கொண்டு போய்விடும் என்றுதான் இருந்தார். ஆனால் விபத்து நோய்களை ஏமாற்றிவிட்டது.

காற்றில்லாமல் மழை பெய்தது. மழை பெய்துகொண்டிருக்கும் போதே கரண்ட் வந்துவிட்டது. இரவு உணவுக்காக என்ன தயார் செய்யலாம் என்ற யோசனையில் கோமதி எழுந்து சமையல்கட்டுப்பக்கம் போனார். பிரட் டோஸ்ட் செய்துகொள்ளலாமா அல்லது கொஞ்சம் பாஸ்தாவை வேகவைத்துக்கொள்ளலாமா என்று யோசித்தார்.

மிளகு, சீரகம், தனியா போன்றவை கிச்சன் செல்ப்பில் வரிசையாய்க் கண்ணில் பட்டன. அவற்றை அவர் தாமோதரனுக்காக வாங்கி வைத்திருக்கிறார். ஒரு விசேசமான நாளில் விருந்து தயாரித்துத் திடீரென அவனுக்குப் பரிமாற வேண்டுமென நினைத்திருந்தார். கனகராஜின் மறைவுக்குப் பின்தான் தாமோதரன் அறிமுகமானான். பேப்பர், பால் கொண்டுவந்து தருவது கரண்ட் பில், போன் பில் கட்டுவது மற்றபடி கடைகளுக்குப் போய்ச் சாமான்கள் வாங்கிவந்து தருவது போன்ற வேலைகளை அவன் விருப்பமுடன் செய்தான். கோமதியம்மாள் உலகத் தொடர்பில்லாமல் இருப்பதற்கு அவன் பெருமளவு உதவினான்.

தினமும் பத்தரை மணிக்கு கோமதியம்மாளின் அபார்ட்மெண்டில் அக்கா என்றபடி வருவான். சோபாவில் உட்கார்ந்துகொண்டு தொண தொணவென எதையாவது பேசிக்கொண்டிருப்பான். கைகள் டிவி ரிமோட்டில் சேனல்களை மாற்றிக்கொண்டே இருக்கும். வயது வித்தியாசமின்றி அவன் தன்னிடம் இவ்வளவு உரிமை எடுத்துக்கொள்வது முதலில் அவருக்கு வேடிக்கையாகவும் விசித்திரமாகவும் இருந்தது. ஆனால் மறுநாள் கண்விழிக்கும் போதிருந்தே அவன் வருகையைப் பற்றிய நினைவாக இருந்தது. ஒரு பதினாறு அல்லது பதினேழு வயதில் அவன் உடலில் தெரிந்த இறுக்கம் அவருக்கு வியப்பாய் இருந்தது. இந்த வயதில் சக்தியும் சேதுவும் வெண்டைக்காய் மாதிரி இருந்தனர்.

பத்தரை மணிக்கு அவன் வரும் பொழுது கோமதியம்மாள் நீராடி தலைகட்டியபடி ஸ்பெகட்டியோ பிரட் ஆம்லெட்டோ சாப்பிட்டுக்கொண்டிருப்பார். தாமோதரன் ஆச்சரியமாக "இதுதான் சாப்பிடுவீங்களா? சோறெல்லாம் சாப்பிட மாட்டீங்களா?" என்பான். கோமதி சிரித்தபடி கொஞ்சம் தட்டிலிட்டு அவனிடம் நீட்டுவார். அவன் வேண்டாமென ஒரேயடியாக மறுத்து விட்டுப் பிறகு வாங்கிக்கொள்வான்.

முகம் பெருமிதத்தில் பூரிக்க ஒருநாள் கையில் டிபன் பாக்ஸோடு வந்தான். "எங்க வீட்ல இருந்து சாப்பாடு கொண்டு வந்திருக்கேன். சாப்படறீங்களா?" என்றான். அவருக்கு அது பிடிக்கவில்லையென்றாலும் ஆச்சரியமாய் விழிகளை விரித்து டிபன் பாக்சை வாங்கிக்கொண்டார். அவன் குதூகல மடைந்தான். டப்பாவில் தக்காளி சாதம் இருந்தது. அந்தச் சுவை கோமதியம்மாளுக்குக் கட்டோடு பிடிக்கவில்லை. ஆனாலும் ரசித்துச் சாப்பிடுவது மாதிரி நாலுவாய் அள்ளிச் சாப்பிட்டார்.

தாமோதரனுக்குத் திடீரென சந்தேகம் வந்துவிட்டது. "சாப்பாடு நல்லால்லதானே?" என்றான். அவருக்கு அவன் தலையைத் தடவித் தர வேண்டும்போல வாஞ்சை ஏற்பட்டது. சேது இப்படித்தான் பத்தாவது படிக்கையில் வீட்டுக்கு வரும்போது அரைக் கிலோ மைசூர்பாகு வாங்கி வந்து விட்டான். அதனால் ஏற்பட்ட தீவிர உணர்விலும் பெரிய மனித உணர்விலும் அந்த விடுமுறை முழுவதும் பாதிக்கப்பட்டு விட்டான்.

தக்காளி சாதத்தைச் சாப்பிட்டு முடித்தபோது தாமோதர னுக்கு ஒருநாள் தன் கையால் விருந்து தயாரித்துப் பரிமாற வேண்டுமென முடிவு செய்துகொண்டார். அதற்கான மளிகைச் சாமான்களை வாங்கிவர அவனை அனுப்பாமல் அவரே போய் வாங்கிவந்தார். அவனுக்குத் தெரிய வேண்டாம். நினைக்கும்போதே அவருக்கு மகிழ்ச்சியாய் இருந்தது. சாதாரண நாளாய் இல்லாமல் ஏதாவது ஒரு விசேச நாளில் இது நடந்தால் இன்னும் நன்றாக இருக்கும். அவர் ஏதாவது ஒரு விசேச நாளுக்காகக் காத்திருக்க ஆரம்பித்தார்.

அவர் நிலைகுலைந்து போய்விட வில்லையென்றாலும் தனிமை மீண்டும் உக்கிரமாகச் சூழ்ந்துகொண்டது. தாமோதரன் வீட்டுப் பக்கம் வந்து ஒரு வாரத்துக்கு மேலாகிவிட்டது. ஒருவேளை உடம்பு சரியில்லையோ? அல்லது அவர் மாதிரி... வீடு எங்கிருக்கிறது என்று கூடக் கேட்டு வைத்துக்கொள்ளாத

தன் முட்டாள்தனத்தை நொந்துகொண்டார். அதுவும் போன் நம்பர்கூட வாங்கி வைத்துக்கொள்ள நினைக்காத தன்னுடைய செய்கை இப்போது அவருக்குப் பெரும் விசித்திரமாய் இருந்தது.

மேலும் சில நாட்களுக்குள்ளாகவே அவர்கள் கடை வீதியில் நேர்ப்பட்டுக்கொண்டார்கள். முதலில் அவருக்கு அவனை ஓங்கி அறைய வேண்டும்போல ஆத்திரம் வந்தது. அவன் இவரைப் பார்த்துவிட்டானோ அல்லது பார்க்கத்தான் இல்லையோ அவரைக் கடந்துவிடுபவன்போலத் தீவிரமாய்ப் பராக்குப் பார்த்தான். கோமதியம்மாளுக்கு வேடிக்கையாய் இருந்தது. கிண்டல் மிளிர அவன் எதிரே வந்து, "அப்புறம் சார் எப்படி இருக்கீங்க?" என்றார்.

அவன் இவரை நேருக்கு நேராய்ப் பார்க்கவே அஞ்சினான். எங்கெங்கோ பார்த்தபடி, "நல்லாயிருக்கேன் இப்ப வெளியூருக்கு வேலைக்குப் போறேன். அதான் வர முடியல" என்றான். அவனுடைய இந்தத் தடுமாற்றம் மிகவும் அருவருப்பாய் இருந்தது. அவன் முகத்தில் மிகப் பெரிய அழுகை மறைந்து கிடப்பதுபோல் தோன்றியது. அவனோடு வந்திருந்தவன் இவளையே ஊடுருவிப் பார்த்தான். அந்தப் பார்வை இவரை ஏதோ எடைபோட முயல்வது மாதிரியும் இகழ்ச்சியாகவும் இருந்தது.

மேற்கொண்டு எதுவும் பேசாமல் அவர்களுக்கு வழி விட்டுவிட்டார். என்னவோ போலிருந்தது. தங்களைப் பற்றிய ஒரு அருவருப்பான கற்பனை எங்கேயோ தோன்றி அவனைத் தீண்டியிருக்கிறது. அதிர்ச்சியில் அவருக்கு விக்கிக்கொண்டது. கடவுளே எவ்வளவு ஆபாசமான ஒரு சமூகச் சூழலில் வாழ வேண்டியிருக்கிறது.

அன்றிரவு அவருக்குத் தூக்கம் வரவில்லை. தாமோதரனின் பழைய புதிய முகங்கள் மாறி மாறி முடிவில்லாமல் தோன்றிக் கொண்டேயிருந்தன. இரவு நகராமல் உறைந்துகிடந்தது. கடிகார முட்கள் காலத்தைச் சீரணிக்க முடியாமல் திணறின.

கிட்டத்தட்ட விடிகாலை நேரத்தில்தான் அவர் கண்கள் தூக்கத்தின் வசம் சென்றன. ஆனால் விடிவதற்குள்ளாகவே அவர் திடுக்கிட்டு எழுந்து உட்கார்ந்துகொண்டார். கடுமை யான அதிர்ச்சியில் அவர் வாய் பிளந்திருந்தது. அவருக்கும் தாமோதரனுக்குமிடையேயான ஒரு வெளியில் சொல்ல முடியாத கனவை அப்போது அவர் கண்டிருந்தார்.

காலச்சுவடு, டிசம்பர் 2009, இதழ் 120

*

விபத்து

நான் ஒரு ஆராய்ச்சியில் ஈடுபட்டுவருகிறேன். நம்முடைய மூளையில் சம்பவங்கள் இரண்டு விதமாகப் பதிவாகிறது. ஒரு பக்கம் நடந்த சம்பவங்கள் பற்றிய பதிவு. இன்னொருபுறம் நடக்காதவைகள், கற்பனைகள் பற்றிய பதிவு. மனத்திரையில் இவை இரண்டும்தான் மாறி மாறி ஓடிக்கொண்டே இருக்கின்றன. எந்தச் சமயத்திலும் மனம் இவை இரண்டையும் குழப்பிக் கொள்வதில்லை. அதாவது நடக்காத சம்பவம் நடந்த சம்பவங்கள் பதிவாகும் பகுதியில் இம்மியும் ஏறுவதில்லை. அதே மாதிரி நடந்த சம்பவம் கற்பனைப் பகுதியில் பதிவாவதில்லை. என்னுடைய ஆராய்ச்சி என்னவென்றால் நடக்காத ஒன்றை நடந்த சம்பவம்போல் மனதில் ஏற்ற முடியுமா?

உங்களுக்கு ஆச்சரியமாக இருக்கும். இப்படிச் செய்வது சாத்தியமில்லை என்றுகூடத் தோன்றலாம். மேலும் எதற்காக இப்படிச் செய்ய வேண்டும். ஆரோக்யமாக இருக்கும் மூளையை வலிந்து குழப்பிக்கொள்ள வேண்டுமா? என்று கூட நீங்கள் கேட்கலாம். ஆனால் இது வெறும் விளையாட்டல்ல. நடந்த சம்பவங்களின் பதிவை வைத்துதான் நடக்க இருக்கும் சம்பவங்கள் உருவாகின்றன என்று நான் நினைக்கிறேன். அப்படி இருக்கும் பட்சத்தில் இது வாழ்க்கையின் பெரும் புதிரை விடுவிக்கும் முயற்சி என்று கூடச் சொல்லலாம். தினம் ஒரு குறிப்பிட்ட நேரத்தில் அமைதியாய்ப் படுத்துக் கொள்வேன். சுய வசிய முறையில் மனதை

ஆழ்நிலைக்குக் கொண்டு செல்வேன். பின் சில கற்பனைச் சம்பவங்களை மனத்திரையில் ஓடவிடுவேன். இச்சம்பவம் என் வாழ்வில் நடந்துவிட்டதாக உருவேற்றுவேன். ஆனால் எந்த மாற்றமும் நடக்காது. கற்பனை கற்பனையாகவே இருக்கும். இருந்தாலும் நான் நம்பிக்கை இழக்கவில்லை. தினம் தினம் இந்த முயற்சியைச் செய்துகொண்டே இருந்தேன். ஒரே மாதிரித் தோல்வியே ஏற்பட்டுக்கொண்டிருந்தாலும் சாதாரண மனதால் அறிய முடியாத ஒரு அமானுஷ்யமான முன்னேற்றத்தை என்னுடைய நுண்ணுணர்வினால் அறிந்துகொள்ள முடிந்தது. ஆகவே தினமும் உற்சாகத்தோடும் ஆர்வத்தோடும் இந்த முயற்சியில் ஈடுபட்டேன்.

ஒருநாள் மனம் ஒரு புதிய எல்லையில் நிற்பதை உணர்ந்தேன். இதுதான் இதுவேதான் நான் எதிர்பார்த்தது. இந்தச் சமயத்தில் எனக்கு ஏதோ ஒரு வெற்றி கிடைக்குமென மனதுக்கும் அப்பால் இருக்கும் வெளியின் உணர்வு சொல்லியது. உடனே நான் எனக்குத் திருமணம் நடந்துவிட்டதாக ஒரு எண்ணத்தை மனத்திரையில் ஓடவிட்டேன். அந்த எண்ணம் எந்தத் தடங்கலுமின்றி நடந்த சம்பவம் ஒன்று மனதில் ஓடுவதைப் போலவே ஓட ஆரம்பித்தது. காரியம் கெட்டுவிடும் என்பதால் எனக்கேற்பட்டத் திகைப்பை கஷ்டப்பட்டு அடக்கிக் கொண்டேன். என்னுடைய கற்பனையின் சக்தி தேவைப் படாமலேயே சம்பவங்கள் அதுபாட்டிற்கு ஓடிக்கொண்டிருந்தன. ஒரு முழுமையான துல்லியமான கனவைப் போல. ஒன்று அல்லது இரண்டு கற்பனைச் சம்பவங்களை நடந்தவை பகுதியில் பதியவைத்து ஆராய்ச்சி செய்ய நினைத்திருந்த நான் இப்பொழுது ஏராளமான சம்பவங்களை வேடிக்கை பார்த்தவாறு படுத்திருந்தேன். இந்தச் சம்பவங்கள் எங்கிருந்து வந்து மனத்திரையில் ஓடுகின்றன? நான் கற்பனை செய்யாத எவ்வளவோ சம்பவங்கள் அதில் ஓடிக்கொண்டிருக்கிறதே எப்படி?

திடீரென்று என்னைப் பீதி பற்றியது. நான் என்ன செய்துகொண்டிருக்கிறேன். ஒருவேளை இவையெல்லாம் எதிர்காலத்தில் நடக்க வேண்டியவையாக இருக்கலாம். அவை அதிவேகமாக நடந்தவை பகுதியில் பதிவாகிக்கொண்டிருக் கின்றன. என்ன நடக்கக்கூடும் என்பதைப் புரிந்துகொண்டேன் அல்லது யூகித்துக்கொண்டேன், கற்பித்துக்கொண்டேன். அது எதுவாயிருந்தாலும் அதை நான் விளக்கத் தேவையில்லை. நான் உடனடியாகச் செய்ய வேண்டியது ஒரு விநாடிகூடத் தாமதிக்காமல் கை கால்களை அசைத்துக் கண்களை விழிப்பது தான்.

நான் ஒரு படுக்கையில் கிடந்தேன். என்னைச் சுற்றிலும் பத்திருபதுபேர் சோகமாக என்னையே வெறித்தபடி பார்த்திருந்தனர். அவர்கள் எல்லோருடைய கண்களும் கலங்கியிருந்தது. கூட்டத்திலிருந்து ஒரு கிழவி கண்ணீரைத் துடைத்தவாறு என்னங்க முழிச்சிகிட்டீங்களா? என்றாள்.

ஆராய்ச்சியின் விபத்தைப் புரிந்துகொண்டேன். வறண்ட சுருக்கங்கள் பரவிய வயதானக் கைகளை ஊன்றி எழ முயற்சித்தேன்.

நறுமுகை 2006, இதழ் 13

*

மெய்பிம்பம் மாயபிம்பம்

கருவேல மர நிழலிருந்த குத்துக்கல்லின் மீது உட்கார்ந்திருந்தாள். ஆட்டுக்குட்டிகள் கருவேலங்காய்களையும் புற்களையும் கடித்துக் கொண்டிருந்தன. மேய்ச்சல் நிலத்தில் ஆடுகளாய் அவள் மனம் கட்டற்றுப் பரந்துவிட்டது. திரும்பவும் ஒருமுறை அவனைப் பார்க்க வேண்டும் என்ற நினைவை அவளால் உதற முடியவில்லை. தனக்கு நினைவு தெரிந்த நாளிலிருந்து யாருடைய உருவமும் தன்னை இப்படி ஆட்டிப்படைத்ததில்லை என்பதையும் நினைத்துக்கொண்டாள்.

அப்படி என்ன அதிசயம் இவனிடம்? லாரி நிழலில் உட்கார்ந்து கொண்டு காய்களை வெட்டிக் கொண்டிருக்கிறான். மீண்டும் ஒருமுறை அவனைப் பார்த்துக்கொண்டாள். தான் பார்ப்பதை அவன் தெரிந்துகொண்டானோ அதைவிட வெக்கக்கேடு என்ன இருக்க முடியும்?

அவள் நினைவுகளின் பிடியில் சிக்கிக் கொண்டாள். அவன் தனக்கு முறைப்பையன் போலவும் பள்ளித் தோழன் போலவும் தங்களுக்குள் சண்டை வருவது போலவும் இருவரும் திருமணம் செய்துகொண்டதைப் போலவும் இருவரும்

மிருகங்களெனப் புணர்வதாகவும் நினைவுகள் அவளைச் சுழற்றியடித்தன. சூரிய வெளிச்சம் தன்னுடைய கடைசி நேர வேடிக்கைகளைக் காட்டிக்கொண்டிருக்கிறது. குறைவயலைத் தாண்டிய காட்டில் மஞ்சள் வெளிச்சத்தில் சூரிய காந்திப் பூக்கள் தீயாய் எரிந்தன. அவள் இன்று என்னவோ நடக்கப் போகிறது என்பதை உணர்ந்தாள். வர இருக்கும் தீமையை வரவேற்பவளாய்த் தான் இங்கு உட்கார்ந் திருப்பது சரியல்ல உடனேயே இந்த இடத்தை விட்டுப் போய்விட வேண்டுமென எழுந்தாள். ஆடுகளைக் குரலிட்டு அழைத்தாள். அவை அவளுடைய உள்ளத்தைக் கண்டுகொண்டவைகளாய்க் கத்திக்கொண்டு அப்படியே இருந்தன. வருவதை அனுபவியேன் எதற்காகப் பயப்படுகிறாய் என்பது மாதிரி இருந்தது. அவள் கால்களிலிருந்து வேர் இறங்கி பூமிக்குள் சென்றுவிட்டது. பாதங்கள் பெயர்க்க முடியாமல் வலித்தது. வலியும் பிரமையும் குறித்து அவளுக்குக் குழப்பமாய் இருந்தது. ஜடையினை அவிழ்த்துக் கூந்தலைத் தட்டினாள். பின் கொசுவம் வைத்த சேலையின் முந்தாணையை இடுப்பில் சுற்றி முதுகுத் தண்டின் பள்ளத்தில் செருகிக்கொண்டாள். சூரியகாந்தி வயலை நோக்கி நடந்தாள். அழகான இளம் பூவொன்றைக் கிள்ளிக் கூந்தலில் வைத்துக்கொண்டாள். அவள் முதுகில் பரந்து கிடந்த சுருள் முடிக் கூட்டத்தில் சறுக்கி விளையாடுவதைப் போலப் பூ உட்கார்ந்துகொண்டது.

லாரிக்காரன் படுதாவைச் சுற்றி வைத்துவிட்டு அவளை நோக்கி வர ஆரம்பித்தான்.

○

மெயின் ரோட்டின் குட்டையோரம் லாரி ஒன்று நின்றது. அதில் ஒருவன் தூங்கிக்கொண்டிருந்தான். இன்னொருவன் லாரிக்கு அருகே நீலநிறப் படுதாவை விரித்து ஸ்டவ் மற்றும் சில பாத்திரங்கள் பொடிகள் காய்கறிகள் எனப் பரப்பி வைத்தான். கேனை எடுத்துக்கொண்டு போய்க் குட்டையில் தண்ணீர் மொண்டான். வெறுமனே தலையைத் திருப்பிப் பராக்காய் கண்களைச் சுழற்றினான். தூரத்தில் சூரியகாந்தி வயலோரம் கருவேல மரத்தடி குத்துக்கல்லில் ஒருத்தி உட்கார்ந் திருந்தாள். தூரமென்றால் வெகுதூரமல்ல. முகமும் உடலும் அடையாளம் தெரியும் தூரம்தான். அவன் கரியவனாகவும் காமமும் அழகும் கொண்ட நல்லவனாகவும் தெரிந்தான்.

அவன் உடலில் வியாதியின் குறிகளும் மனதில் பைத்தியத்தின் அடையாளங்களும் தோன்றின. உடலில்

வெம்மையின் பாய்ச்சல் விரல்களில் வெளிப்படும் நடுக்கம் அவனுக்குப் புதிராகவும் ஆச்சரியமாகவும் இருந்தது. அந்த உருவம் என்னென்ன விதமாக அவன் நெஞ்சு பற்றி எரிக்கிறது. ஏதாவது செய் செய்யென அவன் மனம் பரபரத்தது. இன்னொரு பகுதி வேண்டாம் அவள் யாரோ எவரோ உன் ஆசை எவ்வளவு கீழ்த்தரமானது அடிவாங்கியே செத்துப் போவாய் என்றது. பேசாமல் கத்திரிக்காய்களை வெட்ட ஆரம்பித்தான்.

அவள் தன் கண்களின் வழியே ரகசியமாக இச்சையையும் தாபத்தையும் அவனை நோக்கிப் பரவ விட்டுக்கொண்டிருந்தாள். அவனுக்கு அது நன்றாகவே தெரிந்தது. வானத்தின் இந்த மஞ்சள் ஒளிக்கோலம் கூட அவள் தாபத்தால் நிறமேற்றப் பட்டிருக்கக் கூடும். இந்த வெப்பம்... அவன் மூளைக்குள் தாறுமாறாய் ஓடிய மயக்கு மொழிகளை நிறுத்தினான். இந்த நினைவுகள் என்னைக் கனவு காண வைத்து வீழ்த்தி விடுமோ? பெரிய மேகமொன்று மலை மீது மோதி நின்றது. வானில் வண்ணங்கள் மறைந்து சாம்பல் நிறச் சாயைகளாய் மாறிவிட்டன. சூரியகாந்திப் பூக்கள் செய்வதறியாது திகைத்து மேற்கு மலையைப் பார்த்தபடி அசையாமல் நின்றன. திடீரென்று எல்லாம் துக்கமாகத் தெரிந்தது. எங்கும் துக்கத்தின் வெளிப்பாடு. கொஞ்சநேரம் அப்படியே உட்கார்ந்திருந்தான். கல்லிலிருந்து அவள் எழுந்துவிட்டாள். இவன் வேகமாகப் படுதாக்களைச் சுற்றிவைத்துவிட்டு சூரியகாந்தி வயலைப் பார்த்து நடக்க ஆரம்பித்தான்.

லுங்கியை மடித்துக்கட்டி ஒரு பீடியை எடுத்துத் தன் ஊதா நிற உதட்டில் வைத்து உதடுகளை முத்தமிடுவது போலக் குவித்தான். மனதில் வெறி தளும்பியது. தீயை அவளாகவே நினைத்து மிகவும் காமாந்திரமான முத்தத்தைக் கற்பனை செய்தபடி பீடியைப் பற்றவைத்தான். உலகின் மனிதக் கூட்டத் திலேயே அவன்தான் மிகவும் கம்பீரமானவன் என்றொரு சிந்தனை ஒரு வினாடி மின்னி மறைந்தது. அந்த மின்னலின் வெளிச்சம் அவன் முகத்தில் உறைந்துவிடக் கண்கள் குறும்பில் துடித்தன. பய உணர்வு வெண்ணையாய்த் திரண்டு அவன் மனதை விட்டு வழுக்கிச் சென்றுவிட்டது.

அவன் வருகிறான். அந்தக் கண்களில் எந்தப் பாவனையும் இல்லை. ஒரு குழந்தை பொம்மைக் கடையைப் பார்ப்பது மாதிரி அவளைப் பார்த்துக்கொண்டு வந்தான். அவள் நெஞ்சில் கத்தியாய் ஏதோ ஒன்று பாய்ந்தது. அந்த இடத்தை விட்டு

அகன்றுவிடப் பாதத்தைப் பெயர்த்தாள். ஆனால் அவளுக்குள் தானாகவே திட்டம் ஒன்று உருவாகிவிட்டது. வேசியைப் போல நடிக்க வேண்டும். அவன் மீது கட்டுப்படுத்த முடியாத இச்சையோடு அவள் தவிக்கிறாள் என்ற நிலைக்கு இதுதான் சரியான மாற்றாய் இருக்க முடியும். ஆனால் வேசியாய் நடிக்கிறேனா வேசியாகவே ஆகிவிட்டேனா? என்ன பயங்கர மான துணிச்சல். விசயங்கள் அவளைக் குப்பையாய் ஒதுக்கித் தள்ளிவிட்டு நடக்க ஆரம்பித்துவிட்டன. அவள் கடவுளைத் துணைக்கழைத்தாள். அந்த இடத்தை விட்டு சென்றுவிடக் கால்களை எட்டிவைத்தாள். தடுக்காமல் இருக்க இடதுகை புடவையை ஒய்யாரமாய்த் தூக்கிக்கொண்டது. இது ஒன்றும் தப்பிக்கப் போவது மாதிரி தெரியவில்லை. அவனை மேலும் கவர்ச்சிக்கத்தான் எனப் புரிந்தது. எல்லாவிதமான அசைவு களும் இச்சையின் குறிப்புகளாய் அவனுக்குச் சென்று கொண்டிருக்கின்றன.

அவன் அதைத் தெளிவாகப் புரிந்துகொண்டான். குரல் தானாக வெளிப்பட்டது. “ஏங்க இந்தக் குட்டத் தண்ணி குடிக்க ஆவுமா?” குரல் ஒலித்துவிட்டது மட்டும்தான் அவன் நினைவில் பதிந்தது. அவன் கேட்டது என்ன என்பது அவனுக்கே புரியவில்லை.

அவள் நின்று அவனை வெறித்துப் பார்த்தாள். அவனுடல் உருக்கி வார்த்த திட்பமான தனிம வார்ப்படம் போல இருந்தது.

“உங்களத்தான . . .”

அவள் சீறினாள் “எங்க வந்து உன் வித்தையக் காட்டற. இதே வேற எவளாவதா இருந்தா இன்னேரம் என்ன நடக்கும் தெரியுமா?”

அதிசயமான துணிச்சலோடு குறும்பாய்ச் சிரித்துக் கொண்டு எட்டி அவள் கையைப் பிடித்துவிட்டான். தீயின் வெப்பம்.

“சீ கையை விடு. எவ்வளவு தருவ சொல்லு.” அவன் பிரமித்துப் போய்ப் பார்த்தான். அவள் வாயிலிருந்து அந்த வார்த்தையை அவனால் சகிக்க முடியவில்லை. “ஏய் எதுக்காக எம் முன்னாடி இப்படி அசிங்கமா நடிக்கிற எனக்குத் தெரியும் நீ ஒண்ணும் . . .”

“அப்படீன்னா எனக்கு உம்மேல என்ன வந்தது. உனக் கென்ன அப்பேர்ப்பட்ட ஆளுன்னு நெனப்பா?” அவள்

கண்களிலும் உதடுகளிலும் கோபம் பொங்கியது. அந்த இடத்தை விட்டே போய் விடுபவள் போல வெறுப்போடு திரும்பினாள்.

"ஏய் போகாத நீ கேக்கற பணத்தைத் தர்றேன்."

முகம் நிழலுருவமாய்த் தெரியும் அளவுக்கு இருள் சூழ்ந்து விட்டது. அவள் திரும்பிப் பார்க்காமலேயே சூரியகாந்தி வயலுக்குள் போனாள். அவள் முகத்தில் அச்சத்தின் வியர்வை. உடலில் நடுக்கம். அவனைக் கொன்றுவிடுபவள் போல அணைத்துக்கொண்டாள். அவன் அவள் குரல் வளையை விரல்களால் கௌவிப்பிடித்தான். "ஏன்டி நாயே அப்படிச் சொன்ன. எம்மேல ஆசையின்னு சொன்னா உங்கௌரவம் கொரஞ்சிடுமா உம்?" அவள் ஆட்டுக்குட்டியாய்க் குழறினாள்.

விளையாடி முடித்து அவன் சரிந்ததும் ஒரு குமட்ட லுணர்வு அவளுக்குள் காட்டாறாய்ப் பெருகிறது. அவனை நெட்டித் தள்ளிவிட்டு எழுந்தாள். அவன் அவசரமாய் அண்டர்வேர் பாக்கெட்டிலிருந்து ஒரு தாளை உருவி அவள் கையில் திணித்தான். அவள் வெறுப்போடு அதைக் கசக்கி அவன் முகத்தில் விட்டெறிந்துவிட்டு நடந்தாள்.

அவன் மனதில் படிந்திருந்த ஏராளமான நினைவுகள் கசடுகளாய் நீங்கிவிட்டன. நட்சத்திரங்கள் பூத்த வானத்தைப் பார்த்துக்கொண்டு சூரியகாந்திக் காட்டக்குள் தான் கிடப்பது உண்மையா பொய்யா அவனுக்குப் புரியவில்லை. தன்னுடைய அதிர்ஷ்டத்தை நினைத்தான். மனதை வெடியாய்த் தகர்க்கும் ஒரு பெண்ணைச் சந்தித்ததும் உடனேயே அவளோடு உறவு கொண்டதும் உலகத்தில் வேறு யாருக்காவது வாய்த்திருக்குமா? ஏய் அலட்டாதே அவள் வேசிதானே? அதை யார் நம்ப முடியும்?

அவன் முகத்தில் அபூர்வமான ஒளி தோன்றியிருந்தாலும் அடிக்கடிக் குரூரமான காய்ச்சல் வந்தது. அவள் நினைவுதான் தன்னை இப்படி வதைக்கிறது என நினைத்தான். திரும்ப ஒருமுறை அவளைப் பார்க்காவிட்டால் காய்ச்சல் வந்தே செத்துவிடுவோம் என நம்பினான். வீடு தீக்குண்டமாய் எரிந்தது. கல்யாணியோடு சகஜமாய்ப் பேச முடியவில்லை. குற்ற உணர்ச்சி ரத்தமாய்ச் சிதறியது.

திரும்பவும் அதே இடத்துக்குப் போனான். சூரியகாந்திப் பூக்கள் அவனைப் பார்த்துச் சிரித்தன. அங்கே ஆடுகள் எதுவும் மேயவில்லை. ரோட்டின் இரண்டு பக்கமும் இரண்டு ஊர்கள் இருந்தன. அவள் எந்த ஊரைச் சேர்ந்தவளாய்

இருப்பாள்? அவன் முதலில் வலதுபுற ஊருக்குப் போய்த் தேட நினைத்தான்.

அது ஒரு விசித்திரமான ஊராய் இருந்தது. பார்க்கிற மனிதர்கள் எல்லோரும் பைத்தியக்காரர்கள் போலவே தெரிந்தார்கள். இதென்ன விபரீத புத்தி ஒருவேளை தனக்குத் தான் பைத்தியம் பிடித்துவிட்டதா யாரையும் எதுவும் கேட்கப் பயமாய் இருந்தது. ஊரும் பேரும் தெரியாத ஒருத்தியை என்னவென்று சொல்லி விசாரிப்பது குட்டாய் ஒவ்வொரு தெருவாய் அலைந்தான். வெய்யிலில் சுறுசுறுவென அவன் நோய் பொங்கிவருவதைப் போல இருந்தது. முகம் தீயில் சுட்டு வாட்டியதாய்க் கறுத்துவிட்டது. யாரோ ஒரு ஆள் கேட்டான். “காலையில புடிச்சே ஊருக்குள்ள சுத்திகிட்டு இருக்கிறியே என்ன விசியம்?” இவனுக்குப் பயத்தில் குலை நடுங்கியது. “ஒண்ணுமில்ல அண்ணே ஒரு ஆளைத் தேடறேன். ஊரு நெகா தெரிய மாட்டிங்குது.”

கடைசியாக ஒரு காட்டுக்கொட்டாய் தெரிந்தது. சாணம் தெளித்து கண்ணாடி மாதிரி கூட்டிவிட்டிருந்த பெரிய வாசலைச் சுற்றிலும் தடுக்கு கட்டியிருந்தது. வாசலுக்கு வலதுபுறம் பட்டியில் ஆடுகள் அடைந்திருந்தன. அவற்றில் ஒன்றிரண்டை அவன் அடையாளம் கண்டுகொண்டான். நெஞ்சு உறுமி இழுத்தது. அவள் குடத்தோடு வெளியே வந்தாள். இவன் அர்த்தமாய்ப் பார்த்தான்.

○

அவள் அவனை வெடுக்கெனத் தள்ளினாள். உணர்வுகள் தலைகீழாய்த் திரும்பி அவளைக் கொத்தின. சீ என்ன கேவலம், என்ன துணிச்சல். அவன் ரூபாய்த்தாளை எடுத்து நீட்டினான். அவளுக்கு இன்னும் மோசமாய் ஆத்திரம் வந்தது. பணத்தைப் பிடுங்கி அவன் முகத்தில் வீசினாள். கோபத்தில் தலை வீங்கி விட்டது. ஒரு கல்லைத் தூக்கி அப்படியே அவன் தலையில் போட்டுவிடலாமா என நினைத்தாள். ஆனால் அதற்குள் அவள் ஓட ஆரம்பித்திருந்தாள். ஆட்டுக்குட்டிகள் திரண்டு கொண்டு அவள் பின்னே வந்தன.

முருகேசன் பயந்துவிட்டான். என்ன ஏது என்று கேட்கக் கூட முடியவில்லை. பொத்தெனக் கட்டிலில் விழுந்து கொண்டாள். அவளை மேலும் பயம் பிடித்துக்கொண்டது. தானே விசயத்தை வெளிச்சமாக்கிவிடுவேனோ? அவள் எதுவும் பேசவில்லை.

திடீரெனத் தன் மனைவி ஊமையாகிவிட்ட காரணம் என்னவாய் இருக்கும்? எவ்வளவு யோசித்தும் முருகேசனுக்கு ஒன்றும் விளங்கவில்லை. யாரோ சொன்னார்கள் ஒருவேளை அவளுக்குப் பேய் பிடித்திருக்கலாம்.

முருகேசன் அவளைக் கூட்டிக்கொண்டு நிறையப் பேயோட்டிகளைப் பார்த்தான். பேய் ஆடியது அலறியது வாயை மட்டும் திறக்கவில்லை. ஒருவேளை அவளை பிரம்ம ராட்சசன் பிடித்திருக்கலாம் தங்களால் ஒன்றும் செய்ய முடியாது என்றனர் பேயோட்டிகள்.

நீலகண்டன் பேயோட்டி மட்டும் அவளுக்குப் பேய் பிடிக்கவில்லை. பைத்தியம்தான் பிடித்திருக்கிறது. ஆனால் அது ஒரு பேயால்தான் பிடித்திருக்கிறது. அந்தப் பேய் வந்து அவள் பைத்தியத்தைக் குணமாக்கும் தன்னால் ஒன்றும் செய்ய முடியாது என்று சொல்லியவாறு அவளைப் பார்த்துச் சிரித்தார்.

அவளுக்கு அவர் சொன்னது எல்லாம் வேறு அர்த்தத்தில் விளங்கின. அவரும் வேறு அர்த்தத்தில் தான் சொல்லியிருக்க வேண்டும். அவர் சிரிப்பின் அர்த்தம் அதுவாய்த்தானிருக்கும். அப்படியானால் அவன் திரும்ப வருவானா அவளுக்கு ஒரே குழப்பமாய் இருந்தது.

அன்று அவள் மட்டும்தான் இருந்தாள். முருகேசன் யாரோ பேயோட்டியைப் பார்க்க வெளியூர் போயிருந்தான். வீட்டுவேலைகளை அமைதியாய்ச் செய்துகொண்டிருந்தாள். குடங்களை எடுத்துக்கொண்டு தண்ணீர் பிடித்துவரக் கிளம்பினாள். தூரத்தில் ஒருவன் அன்று பார்த்தவன் இவள் வீட்டை நோக்கி வந்துகொண்டிருந்தான். இவளுக்கு ஆத்திரம் புகையாய்ப் புகைந்தது. அன்றைய மனநிலைக்கும் இன்றும் எவ்வளவு வித்தியாசம். அவளுக்கே அது விசித்திரமாய் இருந்தது.

அவனை யாரோ போல் பார்த்துவிட்டு அவள் பாட்டுக்குப் போய் போரிங்கில் குடத்தை வைத்துத் தண்ணீர் அடித்தாள். அந்த வெக்கங்கெட்டவன் பைத்தியக்காரன் மாதிரி விழித்தான். உலகத்தையே திருடிக்கொண்டு போக வந்தவன் மாதிரி பார்த்துக்கொண்டு இளித்தபடி அவள் கையைப் பிடித்தான். என்ன துணிச்சல் துடித்துக்கொண்டு கையை உதறினாள். "யார்ரா அவன் சீ நாயி" வயல்கள் கூட திகைத்துப்போகும்படி அவள் குரல் அவ்வளவு கூர்மையாய் இருந்தது. அவன்

சட்டையைக் கிழித்துக்கொள்ளாத குறையாய் வரப்பில் புகுந்து தலைதெறிக்க ஓடினான். அவள் கொஞ்ச நேரம் பெணாத்திக்கொண்டே இருந்தாள். மனசு நிம்மதியடைந்து கொண்டு வருவது புரிந்தது. சந்தோஷமாய் வாயில் வந்தபடி திட்டினாள்

முருகேசன் வந்தபோது சாதாரணமாய் இருந்தாள். சோறாக்கி முட்டைக்குழம்பு வைத்திருந்தாள். அவன் ஒன்றும் புரியாமல் திகிலாய்ப் பார்த்தான். அவள் சிரித்துக்கொண்டு தனக்கு ஒன்றுமில்லை என்றாள்.

உன்னதம், பிப்ரவரி 2009

✻

கடவுளுடன் ஒரு மாலைக் காட்சி

வண்டி ரிசர்வ் விழுந்துவிட்டது. வீட்டுக்குப் போய்ச் சேர முடியுமா முடியாதா என்ற பீதி ராஜ ரத்னத்தை ஆட்ட ஆரம்பித்தது. ஒரே ஒரு சேலை விற்றிருந்தால் வண்டிக்குப் பெட்ரோலாவது போட்டிருக்கலாம். டிவிஎஸ்ஸில் துணிகளை மூட்டைகட்டிக் கொண்டுபோய் விற்கும் வியாபாரம் இப்பொழுது மிகவும் பரிதாபத்திற் குரியதாய் மாறிவிட்டது. அவனால் வேறு என்ன செய்ய முடியுமென்பதை வருடக்கணக்காகச் சிந்தித்துக்கொண்டிருக்கிறான். ஒரே ஒரு யோசனை கூட இதுவரை உண்டாகவில்லை. உலகில் கோடான கோடி மனிதர்கள் எப்படித்தான் பிழைக் கிறார்கள் என அவனுக்கு அதிசயமாய் இருந்தது.

டீ குடிக்கலாம் என நினைத்தான். வேண்டாம் வண்டியை நிறுத்தி ஸ்டாட் செய்தால் அதில் கொஞ்சம் பெட்ரோல் விரயமாகும். வீட்டுக்குப் போனால் ராணி வேறச் சாயா வைத்துத் தருவாள். தெருமுனை சோடிய விளக்குகள் எரிய ஆரம்பிக்கும் போது ராஜ ரத்னம் வீட்டுக்கு வந்துவிட்டான். வண்டி ஆப் ஆகவில்லை. நிம்மதி. மேலெல்லாம் புழுதிப் போர்வை படிந்திருந்தது. ஜவுளி மூட்டையை அவிழ்த்து தம்பிடித்துத் தூக்கிக் கொண்டுபோய் வீட்டில் போட்டான். தலையில் ஒரு சொம்பு தண்ணீர் ஊற்றிக்கொண்டு வந்தால் நன்றாயிருக்கும். "ராணி ஊத்திக்கத் தண்ணி

எடுத்து வெய்யி" என்றுவிட்டு, தூக்கில் துண்டையும் கைலியையும் தேடினான்.

புழக்கடையில் குடத்துத் தண்ணீர் போவினியில் ஊற்றும் சத்தம் கேட்டது. சட்டையையும் பேண்டையும் கலைந்துவிட்டு அவசரமாய் பாத்ரூமில் புகுந்து தண்ணீரை மொண்டு கண்களை மூடி தலையில் ஊற்றினான். உடல் சூடு மேல் தோல் வழியே கபகபவென வெளியேறுவது நன்றாகத் தெரிந்தது. ஒவ்வொரு டப்பாவின் குளிர்ச்சியையும் அனுபவித்தவாறு தலையில் தண்ணீரை மொண்டு மொண்டு ஊற்றினான். உடல் வெப்பம் நன்றாய் இறங்கிக் குளுமையை உணர முடிந்தது. தலையைத் துவட்டிக் கைலியைக் கட்டிக்கொண்டு வீட்டுக்குள் வந்தான். ராணி பேன் சுவிட்சைப் போட்டாள். காற்று குளுகுளுவென ஆளைத் தூக்கியது. கண்ணை மூடி அப்படியே கிடந்தான். திடுக்கிட்டு விழித்தபோது ஒரு கணம் அவனுக்கு எல்லாமே மறந்திருந்தது. வாட்சைப் பார்த்தான். பத்து நிமிடம்தான் ஆகியிருந்தது. ஆனால் அவனுக்கென்னவோ ஒரு நாளே தூங்கி எழுந்த மாதிரி தெளிச்சியாய் இருந்தது.

"ராணி கொஞ்சம் சாயா வெச்சித் தர்றியா?". உள்ளே இருந்து "ஒரு நிமிசம் இருங்க" என்று ராணியின் குரல் கேட்டது. டிவியை ஆன் செய்து, ரிமோட்டை எடுத்துச் செய்திச் சேனலை மாற்றினான். காலையில் பார்த்த செய்திகளே தான். புதிதாக எதுவுமில்லை. ராணி டம்ளரை நீட்டினாள். அதில் அருமையான நிறத்தில் பால் காபி இருந்தது. ராஜ ரத்னம் உற்சாகமாய்ச் சிரித்தான். "அட பால் வாங்கினியா என்ன?" என்றபடி அவளை நிமிர்ந்து பார்த்தான். ஒரு மின்னலைப் போல அவள் உருவம் அவன் கண்களைத் தாக்கியது. என்ன ஒரு மாற்றம் என்ன ஒரு அழகு? ராணியா இது! ஆமாம் ராணிதான்.

ராணி வசீகரமாய்ச் சிரித்தபடி, "என்னங்க ஸ்வீட் சாப்டறீங்களா?" என்றாள். மீண்டும் உள்ளே போய் ஒரு தட்டில் லட்டுகளை எடுத்துவந்தாள். இவனுக்கு ஒன்றுமே புரியவில்லை. இங்கே என்ன நடக்கிறது?! ஒரு லட்டை உதிர்த்து வாயிலிட்டான். அதன் விவரிக்க முடியாத சுவையில் கண்கள் ஜிவ்வெனக் கிறங்கியது. திடீரென அவன் பயந்தான். "ராணி இங்க என்னமோ ஆயிடுச்சி? என்ன ஆச்சி சொல்லு" என்றான் பீதியாய். ராணி மீண்டும் வசீகரமாய்ச் சிரித்தபடி "இங்க கிருஷ்ணன் வந்தார்" என்றாள். "எந்தக் கிருஷ்ணன்?" என்றான் புதிருக்குள் சிக்கிய குரலில்.

ராணி ஊடலாய் அவனை முறைத்தபடி "கிருஷ்ண பரமாத்மாவை உங்களுக்குத் தெரியாதா!" என்றாள்.

ராஜ ரத்னத்தின் வாயிலிருந்து பூந்திகள் உதிர்ந்தன. "என்ன சொல்ற நீ?"

"நான் சின்ன வயசில இருந்தே கிருஷ்ண பக்தைன்னு உங்ககிட்ட சொல்லியிருக்கேனா இல்லையா? என்னோட பக்திக்கு இறங்கிக் கிருஷ்ணன் இன்னைக்கி மத்தியானம்தான் நேரிலே வந்தார்" என்றாள் மிக வசீகரமாக வெட்கப்பட்டுக் கொண்டு.

"ஏன்டி ஒனக்கென்ன பைத்தியம் பிடிச்சிருக்கா? ஓங்கி அப்பிருவேன். வர வர ஒனக்கு வெளையாட்டு அளவில்லாம போச்சி."

"ஏங்க இப்படிக் கோவப் படறீங்க. அவரு வந்தப்ப காபி வெக்கக்கூட வூட்ல பாலு இல்லையேன்னு முழிச்சிகிட்டு நின்னேன். அவருதான் இந்தச் சொம்புல பாலும் அப்புறம் லட்டும் மிக்சரும் வரவழைச்சார். அதுல மிச்சமான பாலுல தான் இப்ப உங்களுக்குக் காபி வெச்சிக் குடுத்தேன்."

ராஜ ரத்னம் அவளையே உற்றுப் பார்த்தான். அவள் கண்களில் ஒளி கூர்மையாயிருந்தது. தோளில் காய்ந்துபோன வரட்டுத் தன்மை மாறியிருந்தது. அவள் உடலைச் சுற்றிலும் கட்புலனாகாத ஒளிவட்டம் வலிமையாய் இருப்பதை உணர முடிந்தது. அவன் மூளையில் சிந்தனைகள் உறைந்து உறைந்து நின்றன. "ஏன்டி என்னாடி இது கதையாட்டம் இருக்குது. இப்பப் பைத்தியம் ஒனக்குப் புடிச்சிருக்குதா இல்ல எனக்குப் புடிச்சிருக்குதா? எனக்கு ஒண்ணுமே புரியலையே."

"உங்களுக்குத்தான் பைத்தியம் புடிச்சிருக்குது. நம்ம வூட்டுக்குக் கிருஷ்ணன் வந்துட்டுப் போனார். நான் அவர நேர்ல பாத்தேன்னு சொல்றேன். நம்பறதுக்கு உங்களுக்கு என்னா வலிக்குது. என்னமோ அப்போ புடிச்சி பே ... பே . . . ங்கறீங்களே."

"ஏன்டி கிருஷ்ணன் என்ன உங்க அப்பன் ஊட்ல இருந்து வர்றவரா? நானும் அப்ப இருந்து பாக்கறேன் என்னமோ ரொம்ப தெனாவெட்டா சர்வ சாதாரணமா பேசிகிட்டு இருக்க. சரிடீ அந்தக் கிருஷ்ணனை இப்ப வரச் சொல்லுடி நானும் பாக்கறேன்."

ராணி ரோசத்தோடு முறைத்துக்கொண்டு உள்ளறைக்குப் போய்க் கதவைச் சாத்தினாள். சாத்திய வேகத்தில் படாரென்று

கதவைத் திறந்துகொண்டு வெளியே வந்தாள். "ஏங்க அவரு எம் முன்னாடி நான் இருக்கும் போதுதான் வருவாராம். உங்க முன்னாடியெல்லாம் வர மாட்டாராம்."

இவனுக்கு சுர்ர் . . . ரென்று கோபம் வந்தது. "ஏன்டி அதுக்குள்ள நீ அவரக் கூப்பிட்டுப் பேசிட்ட. உனக்கு அவரு பதில் சொல்லிட்டாரு?! அவருக்குப் போன் பண்ணியிருந்தாக் கூட இவ்வளவு சீக்கிரம் பேசியிருக்க முடியாதே? நானும் வந்ததிலிருந்து பாக்கறேன் ஒரேடியா பண்ணிகிட்டிருக்கியே. ரெண்டு அப்பு வாங்கினாத்தான் என்ன நடந்ததுன்னு உண்மையைச் சொல்லுவ."

டென்சனாய்க் கத்தியபடியே ஓடி ஓங்கி அவள் கன்னத்தில் பளாரென்று அறைந்தான். அவள் கலகலவெனச் சிரித்தாள். அவன் பிரமித்துப்போய் அப்படியே நின்றான்.

காலையில் இவன் கண் முழிப்பதற்கு முன் ராணி குளித்துத் தலைகட்டிக் காபி போட்டு வைத்திருந்தாள். ராஜ ரத்னம் எழுந்து உட்கார்ந்தபோது காபி வாசம் உலகத்தையே அடித்துக்கொண்டு போவது போல இருந்தது. "ராணீ அதுக்குள்ள போயி பாக்கெட் பாலு வாங்கிட்டு வந்துட்டியா?" என்றான்.

"எதுக்குங்க பாக்கெட் பாலு இந்தச் சொம்பைக் கவுத்தா எவ்வளவு பால் வேணுமோ அவ்வளவு பால் வருது."

"சரி சரி தண்ணிய எடுத்து ஊத்து நா மொதல்ல ஊட்ட உட்டுக் கிளம்பறேன். இங்க இருந்தன்னா எனக்குப் பைத்தியம் புடிச்சிக்கும்." சாப்பிட்டுவிட்டுக் கிளம்பும்போதுதான் வண்டியில் பெட்ரோல் இல்லை என்பது ஞாபகத்துக்கு வந்தது. "ராணி சில்லறை இருந்தா ஏதாவது பாரேன் வண்டிக்குப் பெட்ரோல் போடணும்."

ராணி சிரித்தபடியே உள்ளே போய்விட்டு வந்து ஒரு தாளை நீட்டினாள். புத்தம் புதிய நூறு ரூபாய். எதுவும் பேசாமல் வாங்கிக்கொண்டு வந்துவிட்டான்.

வெய்யில் மண்டையைப் பிளந்தது. தீபாவளி, பொங்கல் மாதிரி ஏதாவது சீசனாயிருந்தாலும் வியாபாரம் கொஞ்சமாவது சுறுசுறுப்பாய் இருக்கும் ஜனங்கள் நடமாட்டமாய் இருக்கிற ரோட்டில் நிறுத்திக்கொண்டு யாராவது கூப்பிடுவார்களா வெனச் சுற்றிச் சுற்றிப் பார்த்தான். ஒருத்தரும் திரும்பிக்கூடப் பார்க்கவில்லை. மத்தியானம் பசி காதை அடைத்தது. பெட்ரோல் அடித்தது போக மீதமிருந்த காசில் சந்துக் கடை மெஸ்ஸில் இருபது ரூபாய் சாப்பாடு சாப்பிட்டுக்கொண்டான்.

ஊருக்கு வெளியே வந்தபோது பிள்ளையார் கோயில் அரச மரத்தைப் பார்த்ததும் இங்கே கொஞ்சம் உட்காரலாமே எனத் தோன்றியது. அகலமான கல் பலகையைப் பார்த்ததும் படுக்கலாம் போலத் தோன்றியது. வண்டியைப் பக்கத்தில் நிறுத்திப் பூட்டிக்கொண்டான். ஜவுளி மூட்டையை அவிழ்த்து பக்கத்தில் வைத்துக்கொள்ளலாமா எனப் பார்த்தான். இந்தக் கழுதையை யார் தூக்கிக்கொண்டு போய்விடப் போகிறார்கள். அப்படியாவது யாராவது தூக்கிக்கொண்டு போகட்டும் என்று நினைத்தவனாய்க் கல்லில் சாய்ந்து படுத்துக்கொண்டான். நல்ல அடர்ந்த ஜிலுஜிலுப்பான நிழலில் தூங்கி எழுந்தபோது நேரம் ஐந்து மணி. சரி இனிமேல் வீட்டுக்குப் போக வேண்டியது தான். போரிங்கில் தண்ணீர் அடித்து முகம் கை காலெல்லாம் கழுவினான். வண்டியை எடுத்துக்கொண்டு மீண்டும் ஊருக்குள் வந்தான். டீக்கடை அருகே வண்டி தயங்கியது. ராணி போட்டுத் தந்த காபியை நினைத்துக்கொண்டே வண்டியை நிறுத்தி டீ சொன்னான்.

யாரோ கேட்டார்கள் “மூட்டையில என்ன?” “சீல துணி மணிங்க பாக்கறீங்களா? அட வாங்கலைன்னாலும் பரவாயில்ல சும்மா பாருங்க” என்றபடி மூட்டையை இறக்கிவைத்து அவிழ்த்தான். அவன் வாங்கி வைத்திருந்த புடவையில் ஒன்று கூட அங்கே இல்லை. மூட்டையில் இருந்தது அத்தனையும் கண்ணைப் பறிக்கும் வண்ணப் புதுச் சேலைகள். அவனுக்கு ஒரு கருமாந்திரமும் புரியவில்லை. விலை கேட்டவர்களுக்கு வாயில் வந்த விலையைச் சொன்னான். குறைத்துச் தரச் சொல்லி யாரும் ஓரியாடவில்லை. ஒரே இடத்தில் பத்து சேலைகள் விற்றது அவன் சரித்திரத்திலேயே இதுதான் முதல் தடவை. அதுவும் ஒவ்வொரு சேலையும் நானூறு ஐநூறு விலை. இதுவரை அவனிடமிருந்த சேலைகளெல்லாம் அதிக பட்சம் நூறு ரூபாய் சொல்லுவான். அதை அறுபது ரூபாய்க்குக் கொடுக்கச் சொல்லி ஒன்றரை மணி நேரம் வாதாடுவார்கள்.

வீட்டுக்கு மிக்சர், முறுக்கு, காராசேவெல்லாம் வாங்கிக் கொண்டு போனான். அவன் முகம் சிரித்த மாதிரியே இருந்தது.

ராணி ராணி என்று கூவியபடி வீட்டுக்குள் போனான். யாரோ ஒரு பெண் முல்லைக் கொடி மாதிரி உள்ளே இருந்து வந்தாள். இவனுக்குப் பயமாய்ப் போய்விட்டது. சந்தோஷத்தில் கண்மண் தெரியாமல் வேறு வீட்டில் புகுந்துவிட்டோமா?

அந்தப் பெண் கலகலவெனச் சிரித்தாள். “ஏங்க என்னத் தெரியலையா?” அது ராணிதான். கருமை படர்ந்த ஈறுகளும்

உலர்ந்த உதடுகளும் மின்னும் ரோஸ் நிறத்தில் டாலடித்தன. வயிற்றிலும் கையிலும் இருந்த ஊளைச் சதைகள் வற்றி உடல் தந்தம்போல் மின்னியது. கூந்தல் நெகு நெகுவென ஷாம்பூ விளம்பரம் மாதிரி அலை அலையாய்க் காற்றில் அலைந்தது.

இவனுக்குக் குரலே வரவில்லை. "ராணி உனக்கு என்ன ஆச்சி!" எனக் கிசுகிசுத்தான். ராணியின் குரல் கிண்கிணியாய் ஒலித்தது. நான் ஆண்டவனின் காதலி, இனி எப்போதும் இளமை மாறாத கன்னி.

"எப்போதும் இளமை மாறாத கன்னி?! நல்லது கடவுள் அருமையான வரத்தைத்தான் கொடுத்திருக்கார். இப்பவும் நம்ப முடியலைதான். ஆனா நம்பறேன். ஆமா இப்படி ஒரு வரம் வாங்கற அளவுக்கு அவ்ளோ பெரிய பக்தையா நீ, அது எப்படீன்னு சொல்லேன்" என்றபடி வாஞ்சையாய் அவள் கையைப் பற்றினான். "வா நாம ரெண்டு பேரும் சேந்து போய் சாமி கும்பிடுவோம்."

அவள் கைகளை உதறிக்கொண்டாள். "நான் ஆண்டவ னோட காதலின்னு தமிழ்லதான் சொன்னேன். இங்கிலீஷ்ல சொல்லலைன்னு நினைக்கிறேன். இந்த உடல் உங்க மொகரைக் காக இப்படி மாறலை. இதை ஆண்டவன் தனக்காக மாற்றிக் கொண்டார். இனிமே இதை நீங்கள் தீண்டக் கூடாது."

ராஜ ரத்னம் ஒரு கணம் பித்துப் பிடித்துப் போய் நின்றான். உள்ளே வெறி மூண்டது "ஏன்டி எம் பொண்டாட்டி ஆனதுக்கப்புறம்தான் ஆண்டவனுக்கு உன்னக் கண்ணு தெரிஞ் சிருக்குதா. படுக்கைக்கு வரச் சொல்லி நீ கூப்டியா அவன் கூப்டானா? கட்ன புருசன் குத்துக்கல்லு மாதிரி இருக்கான்னு ஒனக்கு நெனப்பு வரலையா? இந்த வேலைக்குத்தான் நீங்க கடவுளும் பக்தையுமா? தூத்தேரி. உன்ன மிதிக்கிற மிதியில இனிமே அந்தக் கிருஷ்ணன் இந்த ஏரியா பக்கமே தலவச்சிப் படுக்கக் கூடாது" என்று கத்திக்கொண்டு அவள் கூந்தலை வலைத்துப் பிடித்து இடுப்பில் மிதிக்க ஆரம்பித்தான்.

ராணி கிருஷ்ணா கிருஷ்ணாவென அலறினாள். இவன் பாக்கெட்டிலிருந்து ரூபாய் நோட்டுக்கள் சிதறி விழுந்தன. ஒரு நிமிடம் அந்த ரூபாய் நோட்டுகளை அருவருப்போடு வெறித்துப் பார்த்தான்.

இருவரும் எதுவும் பேசிக்கொள்ளவில்லை. ராணி உம் மென்று மூஞ்சைத் தூக்கிவைத்துக்கொண்டு உட்கார்ந்திருந்தாள். ராத்திரி சாப்பாட்டுக்கு ஒன்றும் செய்யவில்லை. ராஜ ரத்னம்

கடைக்குப் போய் புரோட்டாவும் மட்டன் சால்னாவும் பார்சல் வாங்கிக்கொண்டு வந்தான். "ஏன்டி திங்கிறியா" என்றான். அவள் எதுவும் பேசவில்லை. ராத்திரி படுக்கும் போது "இந்தாப் பாரு ராணி, ஏதோ கடவுள்ங்கறதால நீ அவனக் கும்புட்டுகிட்டு இருந்த. அவன் வந்து ஏதோ செப்படி வித்தையெல்லாம் காட்டவும் உனக்குப் புத்தி மயங்கிப் போச்சி. எனக்குத் தெரியும். இதே வேற எவனா இருந்தா நீ செருப்பக் கழட்டி அடிச்சிருப்ப. போய்த் தொலையுது வுடு. இதே ஒரு போலீஸ்காரன் உம்மேல கை வச்சிருந்தா நா என்ன உன்னையத் தள்ளியா வச்சிருக்கப் போறேன். அந்த மாதிரி நெனச்சிக்கிறேன். நீ நாளைக்கி அவங்கிட்ட போதும் இனி உன் சங்காத்தமே வேண்டாம்னு சொல்லிடு" என்று புலம்பினான்.

ராணி படுக்கையிலிருந்து எழுந்து உட்கார்ந்துகொண்டாள். "ஏய்யா ஸ்டேசன்ல வச்சி ரேப் பண்ற போலீஸ்காரனும் சாமியும் ஒண்ணா? ஓம் மொகறக் கட்டைக்கோசரம் நான் ஆண்டவனையே வரவேண்டாம்னு சொல்லணுமா? ஒலகத்துல எத்தன பொம்பளைக்கிய்யா இந்த வரம் கிடைக்கும்? இதுல ஒனக்கு எந்தப் பக்கம் நோவுது சொல்லு?" என்று ஏழூருக்குக் கேட்கும்படிக் கத்தினாள்.

ராஜ ரத்னம் பிரமிப்பாய்ப் பார்த்தான். "ஏன்டி எம் முன்னாடி நின்னு, நா அப்படித்தான் ஒருத்தங்கிட்டப் போவேன்னு பேசற அளவுக்கு ஒனக்குத் துணிச்சலு வந்துடுச்சா? இந்தாப் பாரு காலையில எந்திரிச்சதும் மூட்ட முடிச்சக் கட்டிகிட்டு நீ ஒங்கொப்ப மூட்டுக்குக் கௌம்பு. அங்க போயி நீ சாமிகிட்ட போ இல்ல வேற எவங்கிட்டயோ போ. இங்க நடக்காது. எனக்கு வெறி வந்துச்சுன்னா கொடுவாள எடுத்து மண்டைய ரெண்டா போட்ருவன்."

"நீ அருவாளத் தூக்கி என்னப் போட்ருவியா? மூடிகிட்டுப் படு. காலையில என்ன நடக்குதுன்னு பாரு" என்றாள்.

அவள் சொன்ன தோரணையில் அவனுக்கு வயிற்றில் புளியைக் கரைத்தது. விடிவதற்குள் அந்தக் கிருஷ்ணனிடம் சொல்லித் தன் கதையை முடித்துவிடுவாளோ? சீ சீ அவர் என்ன கடவுளா இவளோட அடியாளா என்று மனதைத் தேற்றிக்கொள்ள முயற்சித்தான். ஆனால் நடப்பதையெல்லாம் பார்த்தால் அவனால் ஒன்றும் நம்ப முடியவில்லை.

காலையில் எழுந்தபோது ராணி ராத்திரி ஒன்றுமே நடக்காத மாதிரி இட்லி அவித்துக் கொண்டிருந்தாள். இவன்

எதுவும் பேசவில்லை. ராத்திரி அவள் பதில் சொன்ன தோரணையை இப்போது நினைக்கும்போது வயிற்றைக் கலக்கியது. பயமாய் இருந்தது. எதுவும் பேசாமல் பல்லை விளக்கிக் குளித்துக்கொண்டு இட்லிகளைப் போட்டுச் சாப்பிட்டான். வழக்கம்போல மூட்டையைத் தூக்கி டிவிஎஸ்ஸில் கட்டப் போனான். குபீரென ஒரு சந்தேகம் மனதைப் பிடித்தது. மூட்டையைப் பரபரவெனப் பிரித்தான். அந்தக் கண்ணைப் பறிக்கும் சேலைகள் ஒன்றுகூட இல்லை. ஏற்கனவே வைத்திருந்த சேலைகள்தான் இருந்தன. ராத்திரி ராணி கத்தியது மனதில் எதிரொலித்தது. பயத்தில் உடம்பு ஜில்லிட்டது. இங்கேதான் சேலை மாறியிருக்குமா இல்லை. அவனவன் நேற்று வாங்கிய சேலைகூடப் பல்லைக் காட்டியிருக்குமா? அடப் பகவானே.

“என்ன எழவோ. எவளாவது வெளக்கமாத்துல ரெண்டு போட்டாலும் வாங்கிக்க வேண்டியதுதான். இப்படி ஒரு பொண்டாட்டிய கட்டினதுக்கு இந்தத் தண்டனை பத்தாது” என்று மானசீகமாய்ச் செருப்பைக் கழற்றித் தலையில் அடித்துக் கொண்டான். மத்தியானம் இரண்டு மணிக்குள் நாலு ஊர் சுற்றிவிட்டான். ஒரு வியாபாரமும் நடக்கவில்லை. மேற்கொண்டு இன்னும் அலையும் மனநிலையில் அவன் இல்லை. வண்டிய வீட்டுக்குத் திருப்ப வேண்டியதுதான். “கிருஷ்ணன் வீட்லதான் இருப்பான் நேரா அவன் மூஞ்சிக்கி முன்னாடி நின்னு இதெல்லாம் ஒனக்கு நாயமா இப்பிடி ஒரு பொழப்பு ஒனக்குத் தேவையானு கேட்ற வேண்டியதுதான்” என்று கறுவிக்கொண்டு வீட்டுக்குக் கிளம்பினான்.

வண்டி போய்க்கொண்டே இருப்பதை நீண்ட நேரம் கழித்துதான் கவனித்தான். அரைமணி நேரத்தில் வீட்டுக்குப் போயிருக்கலாமே? மணி மூன்று. வண்டியை வேகமாக முறுக்கினான். சாலை புதியதா எனக் கவனித்தான். அதே சாலைதான். அதே ஊர்தான். வண்டியும் வேகமாகத்தான் போகிறது. எல்லாம் வழக்கம் போலவேதான் இருக்கிறது. ஆனால் வீடு வரவில்லை. அடக் கடவுளே இதுவும் உன் திருவிளையாடலா? தூத்தேரி. ஒரு வேலை வீடு வராமலேயே போய்விடுமா?

சரியாய் ஐந்தரை மணிக்கு வீடு இருக்கும் தெருவுக்குள் டிவிஎஸ் பிப்டி வந்தது. வண்டியை உள்ளே கொண்டு போனான். அறையில் ஒரு ஆள் உட்கார்ந்திருந்தான். நல்ல சிகப்பு. கருமையான அழகான தலைமுடி. வெள்ளை நிறத்தில் பைஜாமாவும் குர்தாவும் அணிந்திருந்தான். ஒருவேளை

கடன்கார சேட்டா? சேட்டு யாரிடமும் நான் கடன் வாங்க வில்லையே எதற்கும் கேட்டுப்பார்க்கலாம் என நினைத்த வனாய்த் தனக்குத் தெரிந்த இந்தியில் பேசினான். க்யா குவா? துமாரா நாம் க்யா ஹை?

ஐம் கிருஷ்ணா

ராஜ ரத்னத்துக்குத் திக்கென்றது. கேள்வியோடு அவரை நிமிர்ந்து பார்த்தான். அவர் பார்வை கூர்மையாகவும் உஷ்ணமாகவும் இருந்தது. "ராணி என்னோட பக்தைன்னு தெரிஞ்சிருந்தும் அவளைக் கை நீட்டி அடிச்சிருக்க."

"பக்தைய நான் மட்டும் ஏன் சாமி அடிக்கப் போறேன். அவ எனக்குத் துரோகம் பண்ணலாமா?" இதைக் கேட்பதற்குள் அவனுக்கு நாக்கு வறண்டுவிட்டது. பயத்தில் கால் மூட்டுகள் வெலவெலத்தன.

"யார் துரோகம் பண்ணினா? அவ உருவம் உங்கண்ணுக்கு மட்டும் பயங்கரப் பைசாசமா தெரியற மாதிரி பண்ணியிருந்தா நீ அவளத் தொட ஆசப்படுவியா?" – கடவுளின் கணீரென்ற ஆவேசமான குரலில் அவனுக்கு நிலை தடுமாறியது. இப்படியே வெளியே ஓடிவிடலாமா என்று பார்த்தான்.

"சாமி ஒங்க கொறளி வித்தையையெல்லாம் எங்க பொழப்புக்குள்ள கொண்டுவந்துவிட்டா நாங்க எப்பிடி சாமி பொழைக்க முடியும்?" – எப்படியோ இதைக் கேட்டு முடித்தான்.

இவர்கள் பேசிக்கொண்டிருக்கும்போது ராணி உள்ளே இருந்து வந்தாள். ராஜரத்னத்தை யாரோ ஒரு ஆள் மாதிரி பார்த்தாள். கிருஷ்ணனைப் பார்த்து, "ஏங்க ஜூஸ் போட்டுக் கிட்டு வரட்டா, காபி குடிக்கிறீங்களா?" என்றாள்.

"சாமி இதெல்லாம் கொஞ்சம்கூட நல்லால்ல. நீங்க போயிடுங்க. நாங்க எங்க பொழப்பப் பாத்துக்கறோம்." கொஞ்சம் தைரியம் பெற்றவனாய்க் குரலில் கணத்தைக் கூட்டினான்.

கிருஷ்ணன் புன்னகைத்தார். பின்பு வெடித்துக்கொண்டு சிரித்தார். "என்ன சொன்னாலும் நீ உன் பாயிண்ட்லதான் நிப்ப அப்படித்தானே? வெரிகுட், சரி அப்ப நான் கிளம்பறேன். அதுக்கு முன்னாடி நான் ஒரு பிரசாதத்த தர்றேன். அத சாப்டு. நான் போயிடறேன்" என்றார்.

"எதையோ ஒண்ணக் குடுத்துத் தொல. நீ இந்த எடத்தக் காலி பண்ணுனா சரிதான்" என்று மனதில் நினைத்துக் கொண்டான்.

கிருஷ்ணா ஒரு சின்ன பிளேட்டை நீட்டினார்.

"எங்க சாமி ஒண்ணையும் காணோம். இந்தத் தட்டத்தைத் தான் நான் திங்கணுமா?" தட்டத்தைச் சுற்றிச் சுற்றிப் பார்த்துச் சந்தேகமாய்க் கேட்டான்.

"அதில நல்லா பார்."

அதில் பால்ரஸ் குண்டு சைசுக்கு எதோ ஒன்று இருந்தது. "என்ன சாமி இது?" என்று கேட்டுக்கொண்டே அதை வாயில் எடுத்துப் போட்டுக்கொண்டான். காகிதத்தை டர்ரென ரெண்டாகக் கிழித்த மாதிரி அவன் உடலுக்குள்ளிருந்து எகிறிக்கொண்டு வெளியே வந்துவிட்டான். உடல் சொத்தெனக் கீழே விழுந்தது.

"அட அய்யா உன்னையும் ஒரு சாமின்னு நெனச்சி நீ குடுத்ததக் கொஞ்சங்கூட வெனயமா நினைக்காம தின்னனே எனக்கு இந்தக் கெதிய தரலாமா" எனக் கதறினான்.

கிருஷ்ணா கடுங்கோபமாய் நான்சென்ஸ் என்றார். ராணி உள்ளேயிருந்து "ஏங்க இன்னும் கௌம்பலையா படம் போட்ருவான்" என்றாள்.

⁕

தொலைதல்

மழை விட்டுவிட்டது. கோழிகள் குப்பைக் குழியை மிகத் தீவிரமாகக் கிளற ஆரம்பித்துவிட்டன. பொன்ராசு கொட்டாங்குச்சியில் மண்ணை அழுத்தி இட்லி வார்த்தான். நெகு நெகுவென்று பட்டுப்போன்ற மண் இட்லிகள். சுள்ளென வெய்யில் வந்தது. மழை கழுவிய தூசு தும்பற்ற வெய்யில் "ஐய் அம்மா இப்பத்தா மழை அடிச்சது இப்ப வெய்யிலடிக்குது பாரே" – கத்திக்கொண்டு வீட்டுக்குள் ஓடி அம்மாவின் காலைக் கட்டிக் கொண்டு "அம்மா வாம்மா" என்றான். முத்தாயி மகனை வாரி அள்ளிக்கொண்டாள். எங்க சாமி வெளியே வந்தபோது கிழக்கே வானவில் மின்னிக் கொண்டிருந்தது. வெய்யிலைக் காட்டிய மகனிடம் "கண்ணு பொன்ராசு அங்க பாரு" என்று வான வில்லைக் காட்டினாள். அவன் கண்கள் திகைப்பில் விரிந்து நின்றது. இதழில் உறைந்த புன்னகை. "அம்மா என்னது" என்றான். முத்தாயி வெறி பிடித்தவளாக மகனை முத்தமிட்டாள். "எந்தங்கமடியோ." கீழே இறங்கிக் கட்டுத்தறியில் நின்ற அப்பனிடம் ஓடினான். "அப்பா இங்க வா இங்க வந்து பாரு மானத்துல" "மானத்துல என்ன சாமி" "மானத்துல பட்டுத்துணி வாப்பா வந்துபாரே."

"அட சாமி இதுதான் மானத்துல பட்டுத் துணியா எஞ்சாமிக்கி என்னா அறுவு." அதை இன்னும் யாரிடமாவது காட்ட வேண்டுமெனச் சுற்றிச் சுற்றி வந்தான். எட்டிய வரை கடலைக்காடு. அவனுடைய உலகத்தில் அப்பா அம்மாவைத்

தவிர யாருமில்லை. குப்பைக் குழி அருகே குத்தவைத்து உட்கார்ந்துகொண்டு கோழிகளைக் கூப்பிட்டான். "ஏ கோழி அங்க மானத்துல பாரு." கோழி ஒரு பக்கமாய் அவனைப் பார்த்தபடி கொஞ்சம் பின்னால் நகர்ந்து கிளறியது. "மானத்துல பாருன்னா எங்க பாக்குற? மானத்துல பாரு."

வரப்பில் யாரோ இரண்டு பேர் வருவது தெரிந்தது. சிவப்பு ரிப்பன் வைத்துக் கட்டிய செம்பட்டை சடையுடன் வரும் பெண்ணைப் பார்த்ததும் அவனுக்குக் குதியாலமாய் இருந்தது. ஆட்டுக்குட்டியாய்க் கொணாய்த்துக்கொண்டு ஓடி அவள் கைகளைப் பற்றிக்கொண்டு "மானத்துல பாரு" என்றான். அவள் எதுவும் புரியாமல் அண்ணாந்து பார்த்து விட்டு எதற்காகவோ மிக வெக்கப்பட்டுக் குனிந்து சிரித்தாள். "நீ யாரு?" என்றான் சிரித்துக்கொண்டே. "நா செல்லி" "எங்க வூட்டுக்குத்தான் வரீங்களா?" "தெரியாது." கூடவந்த அந்தப் பெண் "அட மாப்ள உங்க ஊட்டுக்குத்தான் வாறோம். நாங்க யாருன்னு தெரியலையா?" என்றாள். அவன் அவளை அந்நிய ஆளைப் போலப் பார்த்தான். "அதென்னடா மாப்ள உம்பொண்டாட்டிய மட்டும்தா உனக்குத் தெரியுமா, எங்களத் தெரியாதா?" – வேற்று மொழியில் பேசும் நபரைப் பார்ப்பது போல அப்படியே பார்த்தான். "ஏம் மாப்ள அப்பிடிப் பாக்கற."

முத்தாயி வாசலுக்கு வந்து "வா நங்க" என்று வீட்டு உள்ளே எட்டிப்பார்த்து "யாரு வந்திருக்காங் பாருங்" என்றாள், "வர்றே அண்ணி. உம்மவனுக்கு எம்மவளக் கண்டாத்தான் இனிக்கிது. என்னக் கண்டா மொரைக்கிறா. இப்பவே இப்பிடி" என்றாள். பொன்ராசு "எப்ப ஊருக்குப் போவீங்க" என்றான். முத்தாயி பட்டென்று அவன் வாய்மேல் ஒன்று வைத்தாள் "அட ஏம் மதினி அறியாக் கொழந்தையப் போயி" என்று கையைத் தட்டிவிட்டாள். "அறியாப் பையனுக்கு என்னப் பேச்சி பாரு. நாளைக்கி என்னையில்ல ஒரு சொல்லு சொல்லுவாங்க." "ஆமாம் போ நீ வாடா செல்லம்" என்று தூக்கிக்கொண்டாள். "நாங்க இன்னிக்கே போறோம் போதுமா ராசா." "வேண்டாம் நாளைக்கி போங்க" என்றான். "எந்தங்கம்" என்று பெருமாயி மருமகனின் உச்சியில் முத்தம் வைத்தாள்.

பொன்ராசு வேகமாக இறங்கி, செல்லியின் கையைப் பிடித்து இழுத்துக்கொண்டு, இரண்டு பேரும் காட்டுப் பக்கம் ஓடினார்கள். அவர்கள் போடும் சத்தத்தில் இவர்களால் வீட்டுக்குள்ளேயே உட்கார முடியாது போலிருந்தது. இருட்டுக் கட்ட பெருமாயி சத்தம் போட்டாள். "ஏ செல்லி ... ஓடியா கிளம்பளாம் பஸ்ஸு போயிரும்." பொன்ராசு கத்திக்

கொண்டு ஓடிவந்தான். "நாளைக்கிப் போங்க." "இல்ல ராசா நாங்க போயிட்டு நாளைக்கி வாறோம். மாமனுக்குக் கஞ்சி காச்ச வேணாமா?" பொன்ராசு தரையில் விழுந்துகொண்டு புரண்டான். "நாளைக்கிப் போங்க." "இல்லைனா மாப்ள எங்ககூட வந்திடறியா." அவன் எழுந்து நின்றுகொண்டு விழித்தான். "மதினி புள்ளையக் கூட்டிகிட்டுப் போயிட்டு ரெண்டு நாள் கழிச்சிக் கொண்டுவரட்டுமா" "வந்தானா கூட்டிகிட்டுப் போ சாமி நா என்னமோ வேணாங்கற மாதிரி" என்றாள் பாசத்தையே பார்க்காத மாதிரி. மகன் செய்யும் ஆர்ப்பாட்டம் அவளுக்கு அருவருப்பாய் இருந்தது.

"உங்க ஊடு எங்க" "அது அங்கோ இருக்குது வரியா" ஒரு நிமிடம் யோசித்தவன் சரி என்றான். "அங்க போனா அங்கியேதா இருக்கணும். இங்க வரக் கூடாது." அவன் தலையைக் குனிந்துகொண்டு சரியெனத் தலையாட்டினான். பெருமாயி சிரியோ சிரியெனச் சிரித்தாள். "மதினி உம் மவன் இப்பவே எப்பிடி மயங்கிட்டான் பாத்தியா?" முத்தாயி வியந்துபோய்ச் சேலையை வாயில் வைத்து மூடிக்கொண்டு "அதான சொல்லும்போல" என்று சிரித்தாள். சிரிக்கும்போதே கண்ணிலிருந்து இரண்டு துளி கண்ணீர் தெரித்து விழுந்தது. பெருமாயி "அட நீ ஒரு பைத்தியம் போ, அறியாப் பையனுக்கு என்னமோ ஒரு ஆச. இதுக்கா கண்ணுல தண்ணி உடுவாங்க அடக் கடவுளியே." வானவில் மறைந்துவிட்டதைப் பொன்ராசு அப்போதுதான் கவனித்தான்.

கறுப்புக் கோழிக்குஞ்சுகள் பச்சைப் புல் வெளியில் பதுங்கி அலைந்தன. புழுதி அடங்கிய கண்ணாடிக் காற்று மெல்ல வீசியது. காலையில் பொன்ராசு யாரிடமோ பேசிக் கொண்டிருப்பதான சத்தம் கேட்டு ஓடிப்போய்ப் பார்த்தாள் முத்தாயி. அங்கே யாருமில்லை. "ஏங்கன்னு அங்க யாருகிட்ட பேசிகிட்டிருக்க." "செல்லி கூட." ஒரு ஆறு மாதம் கழித்துக் கேட்டான் "ஏம்மா அன்னிக்கோரு நாளு செல்லி நம்ம வூட்டுக்கு வந்தாயில்ல. அவ திரும்பியும் எப்ப வருவா?" முத்தாயிக்கு என்ன சொல்வதென்று தெரியவில்லை. "சரி நா ஒரு கத சொல்றங் கேளு. ஒரு ஊர்ல ..." அன்றிலிருந்து மகனுக்குத் தினம் ஒரு கதை சொல்வதை முத்தாயி வழக்கமாக்கிக் கொண்டாள். அந்தக் கதைகளில் வானவில் வருவதில்லை. சிறுமிகள் வருவதில்லை. கர்ணப் பரம்பரைக் கதைகளின் சிறுமிகளையெல்லாம் அவள் சிறுவன்களாக மாற்றி அமைத்தாள்.

அஞ்சாங்காடு ஊரின் கடைசிக் காடாய் இருந்தது. அதைத் தாண்டிக் கூழாங்கல் ஓடையும் மேலே விவசாய முள்

ஏரிக்காடும் இருந்தது. ஏரி ஈச்சங் குண்டு வரை பரவியிருந்தது. ஏரிக்குப் போகவும் கரட்டுக்குப் போகவும் ஊரின் தெற்குப்புறம் துலக்கமான வழி இருப்பதால் இந்தப் பக்கம் ஜன நடமாட்டம் என்று எதுவும் இல்லை. பொன்ராசின் காட்டிலிருந்து பார்த்தால் உலகம் ஒரு அம்பது ஏக்கர் பரப்பளவும் கொஞ்சம் விவசாய முள் காடும் ஒரு சின்னக் குன்றும் தூரத்தே தெரியும் இரண்டு கொட்டாய்களும் கொண்டது.

முத்தாயி மகனுக்குச் செல்லியின் ஞாபகம் வரக் கூடாது என்பதற்காகத் தனக்குத் தெரிந்த கதைகளையெல்லாம் சொல்லிக்கொண்டிருந்தாள். பொன்ராசுக்கு நிஜ உலகம் வெறும் வயலாய் இருக்கிறது என்ற நினைவே எழவில்லை. அவனுடைய உலகத்தில் ராஜாக்கள், ராணிகள், மதியூக மந்திரிகள், இளவரசன்கள் என எத்தனையெத்தனையோ பேர்கள் சதா நடமாடிக்கொண்டே இருந்தார்கள்.

❍

ஏழு வருடங்களுக்கு முன்னால் அவன் கட்டுடல் இளவட்டமாய் ஏராளமான கூட்டாளிகளோடு எல்லோரைப் போலவும் கொஞ்சம் தனித்துவமானவனாகவும் இருந்தான். அத்தை மகள் செல்லிக்கும் அவனுக்கும் கல்யாணம் செய்வதைப் பற்றிப் பேச்சு எழுந்தபோது ஏதோ ஒரு கொள்ளை நோயில் முத்தாயிக்கும் சங்கரலிங்கத்துக்கும் கழிச்சல் கண்டது. முத்தாயி நாலு நாள் கழிச்சலுக்குப் பின் வீடெல்லாம் குமட்டவைக்கும் நாற்றத்தைப் பரப்பி விட்டு வெறுமானத்தன்று இரவு உயிரை விட்டாள். சங்கரலிங்கம் கட்டிலில் இருந்து எழ முடியாதவராய்த் தன்னுடைய மரணத்தைத் தரிசித்தபடி அழுதுகொண்டு இருந்தார். அன்றிரவு அவன் இதுவரை தனக்கு வந்த துன்பத்தில் ஆகப் பெரிய துன்பம் எது என்று யோசித்தான். எதுவுமில்லை என்று தோன்றியது. முத்தாயின் வாசமும் கலகலவென்ற குரலும் அவனுக்குள் கேட்டுக்கொண்டே இருந்தது. அவன் அப்போதுதான் தன் மனதைக் கூர்ந்து கவனித்தான். அங்கே முத்தாயி அவ்வளவு துல்லியமாகப் பேசிக்கொண்டு உட்கார்ந் திருந்தாள். மனதுக்குள்ளாக அவளைத் தொடக்கூட முடிந்தது. தொடு உணர்வுகள் விரல்களின் முனையில் கனத்தில் வளரும் தாவர வேராய்ப் படர்ந்தது. அவளுடைய நினைவுகள் பதிவு செய்யப்பட்டதைப் போல இல்லாமல் நிகழ்வும் உயிர்ப்பும் கொண்டு இருந்தது. “என்னடா சாயங்காலம் பிடிச்சி மசைய னாட்டம் உட்கார்ந்திருக்க. நான் என்ன செத்துப் போயிட்டன்னு நினச்சியா” என்று கேட்டுவிட்டுச் சிரித்தாள். அவன் அந்தக் குரலிலிருந்து தப்பிக்க முடியவில்லை. மெல்ல மெல்ல அவன்

மன இறுக்கம் குறைந்துகொண்டே வந்தது. மகிழ்ச்சியைக் கூட இந்தச் சமயத்தில் உணர முடிந்தது. காலையில் சங்கர லிங்கத்துக்குக் கடைசி இழுப்பு வந்தபோது எப்போதும் போல சகஜமானவனாய் இருந்தான். உறவுக்காரப் பெண்கள் கத்தி ஆர்ப்பாட்டம் செய்வதை விசித்திரமாய்ப் பார்த்தான். உயிர்ப் பாலை ஊற்ற ஆளாளுக்குக் கையைப் பிடித்து இழுத்தார்கள். செல்லி அவன் தோளைக் கட்டிக்கொண்டு உடலே பிளந்து விடுவது மாதிரி கதறினாள். அவனுக்குச் செல்லியைக் கட்டிக் கொள்ள வேண்டும் போல இருந்தது. மற்றபடி பால் ஊற்றுவதைப் பற்றியும் அப்பாவின் உயிர் கொஞ்சம் கொஞ்சமாக அடங்கிக் கொண்டிருப்பதைப் பற்றியும் பெரிதாய் ஒன்றும் தோன்ற வில்லை. சுற்றி இருக்கும் கூட்டத்தை மீறித் தூர இருக்கும் பொன்ராசின் மீது பார்வை நிலைத்தவாறு அவர் உயிரும் பிரிந்துவிட்டது. வெறித்த கண்களோடு இறந்து கிடந்த சங்கர லிங்கத்தை ஒரு நிமிடம் நின்றுகூடப் பார்க்காமல் இழவு வீட்டில் மிக சகஜமானவனாக வளைய வந்தவனை ஜனங்கள் வாயைப் பிளந்துகொண்டு பார்த்தார்கள். அத்தையும் மற்ற உறவுக்காரப் பெண்களும் அவன் தாடையைப் பற்றிக்கொண்டு ஓலமிட்டபோது அவர்கள் கையை மெதுவாக நகர்த்திவிட்டு ஒதுங்கினான்.

கட்டுத்தரி மாடுகள் ஏதோ பழைய ஞாபகத்தில் இருப்பது போல முகத்தை வைத்துக்கொண்டு அசைபோட்டுக் கொண் டிருந்தன. பத்தாவது நாள்காரியம் முடிந்து கொட்டாய் வெறிச்சென்று ஆனபின் தொடர்ந்து குரல்களையே கேட்டுக் கொண்டிருந்தவன் முதன்முறையாக அந்தக் குரல்களோடு உரையாட ஆரம்பித்தான். மாடுகளுக்குக் கூளம் போடும் போதும் கட்டுத்தரையைக் கூட்டும்போதும் சமைக்கும்போதும் சாப்பிடும்போதும் தன்னைப் பெற்றவர்களோடு சாதாரண மாகப் பேச ஆரம்பித்தான். அவன் கட்டுடல் தன்மை ஏதோ ஒரு விதமாக மாறி வித்தியாசம் உணர முடியாத அசாதாரண மானவனாகத் தென்பட ஆரம்பித்தான். கூட்டாளிகள் கூட்டத்தில் கேலிப் பொருளாக மாறிக்கொண்டிருந்தான். முன்பு போலப் பசங்களைப் போய்ப் பார்க்க வேண்டும். அவர்களோடு ஊர் நாயம் உலக நாயமெல்லாம் பேச வேண்டும் என்ற எண்ணம் அறவே போய்விட்டது. யோசனை இல்லாத உடல் உழைப்பாளி மாதிரி காட்டு வேலைகளில் எந்நேரமும் மாய்ந்துகொண்டிருந்தான். அவனுக்குப் பெண் கொடுக்கும் தைரியம் யாருக்கும் வரவில்லை. அவன் அது குறித்துத் தன்னைப் பெற்றவர்களிடம் வேடிக்கையாக ஏதாவது சொல்லி சிரித்துக்கொண்டிருந்தான். அந்தச் சமயத்தில் பார்ப்பவர்களுக்கு

அவன் பைத்தியம் மாதிரி பேசிக்கொண்டிருக்கிறான் என்று தோன்றாது. அருகிலிருக்கும் நபரிடம் பேசுவது போல அவ்வளவு இயல்பாகப் பேசிக்கொண்டிருப்பான். உடலற்ற ஒருவரோடு ஒரு மனிதன் உரையாடுவதைக் காண நேர்ந்தால் நீங்கள் என்ன செய்வீர்கள். அப்படி ஒரு அனுபவம் அநேகமாக உங்களுக்கு இருந்திருக்காது இரவில் அவன் பேசுவதைக் கேட்டுப் பலபேர் காய்ச்சலில் விழுந்திருக்கிறார்கள். கூட்டத்தில் இருக்கும்போது அவனை விநோதமானவன் என்று யாரும் நினைக்க முடியாதபடி மிகவும் சகஜமானவனாக இருப்பான். "ராத்திரியில நீ யாருகூடப் பேசிகிட்டு இருக்க?" என்று யாராவது கேட்டால் "எங்க அப்பங்கிட்ட அம்மாகிட்ட" என்பான். "ஏன்டா மடையா அவங்கதான் செத்துப்போயிட் டாங்களே!" என்றால் மிக வசீகரமாகச் சிரிப்பான். அவனுடைய புதிய குணம் அப்போது வேடிக்கையானதாக மட்டுமே உணரப்பட்டது.

செல்லி அவனைக் கட்டிக்கிறேன் என்றுதான் சொன்னாள். அத்தை வீட்டுப் பெண்ணான அவள் முத்தாயியும் சங்கர லிங்கமும் இருக்கும்போது பெரும்பாலும் அஞ்சாங்காட்டில் தான் வளைய வந்துகொண்டிருந்தாள். செல்லிக்கும் பொன் ராசுக்கும் கல்யாணம் பண்ணி வைத்துவிடுவது என்று சின்ன வயதிலேயே பேசி வைத்ததுதான். ஆனால் திடீரெனப் பெரிய வர்கள் இரண்டு பேரும் இறந்துபோனபின் அந்தக் கல்யாணம் நடக்குமா நடக்காதா என்று ஊராருக்குச் சந்தேகமாயிருந்தது. செல்லியின் அம்மா பெருமாயிக்குக்கூடச் சந்தேகமாகத் தான் இருந்தது. பெரியவர்கள் இல்லாத வீட்டில் சின்ன வயசுக்காரப் பயல் ஒழுங்காய் இருப்பானா என்று அவள் யோசித்துக்கொண்டிருந்தாள். ஆனால் செல்லி இதை ஒரு பிரச்சினையாக நினைக்கவில்லை. அப்போதெல்லாம் அவன் இப்படித் தனியாகப் பேசிக்கொண்டிருப்பது யாருக்கும் தெரியாது. பெருமாயும் செல்லியும் ஒரு தடவை மாக்கனூர் சந்தைக்குப் போய்விட்டுத் திரும்பி வரும்போது அஞ்சான் காட்டுக்கு வந்தார்கள். அப்போது பொன்ராசு பேசிக்கொண் டிருந்தான். தனியாக இருப்பதனால் தனக்குத் தானே சாதாரண மாக ஏதோ பேசிக்கொண்டிருக்கிறான் போலிருக்கிறது என்று கொஞ்ச நேரம் குறும்பாக அவனைக் கவனித்தார்கள். அவன் பேசுவது ஒரு கட்டத்திலும் நிற்கவில்லை. ஒருவேளை தங்களைப் பார்த்தால் பேசுவது நின்றுவிடும் என்று அவர்கள் அவன் முன்னால் போய் நின்றார்கள். கண்ணுக்கு முன்னால் நிற்கும் அவர்கள் அவனுக்குத் தெரியவில்லை. முத்தாயியிடம் அவன் கூலியாட்கள் செய்யும் அட்டூழியம் பற்றி ஏதோ

பேசிக்கொண்டிருந்தான். அவன் பேசுகின்ற தோரணையைப் பார்த்தால் முத்தாயி அங்கேதான் உட்கார்ந்துகொண்டிருக் கிறாள் போல இருந்தது. சில விநாடியில் செல்லிக்கு ரோமங்கள் கூச்சமெடுத்தது. கீச்சென்று கத்திக்கொண்டு கீழே சரிந்தாள். “பெருமாயி அய்யோ என் அண்ணமூட்டு பையன் பைத்தியமா போயிடுச்சே. ஐயோ எம்புள்ள உசுரு போயிருமாட்டமிருக்குதே” என்று கத்திக்கொண்டு அவளைத் தூக்கித் தோளில் போட்டுக் கொண்டு ஓடினாள். அதன் பிறகு அஞ்சான் காட்டுக்குப் பகலிலும் ஆட்கள் வருவது குறைந்துவிட்டது.

அதற்குமேல் அவனுக்குச் செல்லி வீட்டுக்குப் போய்ப் பெண் கேட்க வெட்கமாய் இருந்தது. அவள் முகத்தில் விழிக்கவே வெட்கமாய் இருந்தது. திடீரென்று அவனுக்கு அந்த இடம் பிடிக்காமல் போய்விட்டது. எங்காவது போய்க் கூட்டத்தோடு கூட்டமாய் இருந்துகொண்டு வாழ வேண்டும் போல இருந்தது

கட்டுத்தரையில் நின்று அவன் தம்பியைப் போல வளர்ந்த மாடுகளை விற்றுவிட்டான். காட்டில் இருந்தால் ஒரு நிமிடம்கூட ஓய்வில்லாமல் அம்மா அப்பா இல்லா விட்டால் செல்லி யாராவது நினைவுகளை அலைக்கழித்துக் கொண்டே இருக்கிறார்கள். திடீரென வீட்டைப் பூட்டிக் கொண்டு நகரத்துக்குக் கிளம்பிவிட்டான்.

கூட்டமான மக்கள் வெளியில் உலவ ஆரம்பித்தான். மார்க்கெட், பஜார், கடைவீதி, கோயில், சினிமா . . .

அத்துவானக்காடாய் இருந்த பொன்ராசின் உலகம் மக்கள் நெரிசல் மிகுந்ததாய் மாறிவிட்டது. முகங்கள், ஏராள மான முகங்கள். அவன் எல்லா முகங்களையும் கண்ணில் பார்த்துவிட வேண்டும் என்று நினைத்தான். செல்லியைத் தவிர வேறு ஏதாவது இன்னொரு முகமும் செல்லி போல இருக்கும். அதைத் தேடிக் கண்டுபிடித்து அவளைக் கல்யாணம் செய்துகொள்ள வேண்டும் என்று நினைத்தான். அவனுடைய நினைப்பு அவனுக்கே வேடிக்கையாய் இருந்தது. அத்தை மகளான செல்லியே அவனைக் கல்யாணம் செய்யவில்லை. யாரோ ஒருத்தி அவனைக் கல்யாணம் செய்வாளா? என்றாலும் அவன் அப்படி ஒருத்தியைத்தான் தேடினான். செல்லியை விட அழகான பெண்களெல்லாம் அவன் கண்ணில் பட்டார் கள். இவர்கள் கால் தூசுக்குக்கூடச் செல்லி பெறமாட்டாள் என்று நினைத்தான். ஆனால் அப்படி ஒருத்தியைப் பார்த்துக் கல்யாணம் செய்துகொள்ளும் யோசனையே அவனுக்கு வரவில்லை. அது ஏன்? செல்லியிடம் என்ன இருக்கிறது?

அல்லது செல்லியைப் போன்றவளிடம் என்ன இருக்கப் போகிறது என்று நினைக்கும்போது மூளை பைத்தியக்காரத் தனமாகக் காட்சிகளைத் திரையிட்டது. ஒருவேளை தனக்குப் பைத்தியம்தான் பிடித்துவிட்டதோ என்று யோசித்தான். அது சரியாகவும் இருக்கலாம் என்றுதான் அவனுக்குத் தோன்றியது. இப்பொழுது காட்டை விட்டுவிட்டு எப்படி இத்தனை நாள் இருக்க முடிகிறது என்பது அவனுக்குப் புரியவில்லை. இந்தப் பைத்தியக்காரத்தனமான அலைச்சலை விட்டுவிட்டுப் போய் செல்லியையே கல்யாணம் செய்து கொள்ளலாமா என்று யோசித்தான். அது நடக்காது என்றும் சொல்லிக்கொண்டான். அவனுக்கு ஒன்றும் புரியவில்லை.

சேலத்தில் ஒரு சினிமா தியேட்டர் வாசலில் அச்சு அசல் செல்லி போலவே ஒருத்தியைப் பார்த்து என்னைக் கட்டிக்கிரியா என்று கேட்டு மாளாத அடி வாங்கினான். உடம்பைச் சாறு வேறு சக்கை வேறாய்ப் பிழிந்தெடுத்து விட்டார்கள். ராத்திரி பஸ்டாண்டில் படுத்துக்கொண்டு இப்போது இவளைத் தேடிப் போவதா அல்லது செல்லி போல இன்னும் வேறு யாராவது இருக்கிறார்களா என்று தேடுவதா என்று அவனுக்கு ஒன்றும் புரியவில்லை. அதிசயமாய் ஒருத்தி கிடைத்தாள். அவளைத் தவற விட்டுவிட்டு இன்னும் ஒருத்தியை எங்கே போய்த் தேடுவது. அப்படி இன்னும் ஒருத்தியும் செல்லி போலக் கிடைப்பாளா என்று அவனுக்குச் சந்தேகமாய் இருந்தது. அநேகமாய் இன்னொருத்தி செல்லி போல இருக்கமாட்டாள் என்றுதான் அவன் நம்பினான். வெளி உலகத்தில் அவனுக்கு எதுவும் கிடைக்கவில்லை. எதுவும் கிடைக்கவில்லை என்பதைவிடச் செல்லி கிடைக்க வில்லை என்றுதான் சொல்ல வேண்டும். மீண்டும் காட்டுக் கொட்டாய்க்கே வந்துவிட்டான்.

சாய் பொழுதின் வெயில் தீக்கங்காய் திண்ணையில் ஏற ஆரம்பித்தது. காற்று புழுதியாடியது. பூ மொக்கைப் போலப் புழுதி வெளியில் எழுவதும் மறைவதுமாய் இருக்கும் பேய்க்காற்றுச் சுருள்களைப் பார்த்தபடி திண்ணையில் படுத்திருந்தான் பொன்ராசு. அவனுடைய வெளி நிசப்தமாகி விட்டது. காடும் கொட்டாயும் ஏதோ ஆகாயத்தில் மிதப்பது மாதிரி இருந்தது. செல்லி சரியாகத்தான் சொல்லி இருக்கிறாள். "நா உன்னக் கட்டிக்க மாட்டம்பா. அத்தையும் மாமாவும் போயிட்டா மனுசம் மூஞ்ச பாக்காம ஏங்கியே செத்துப் போவணும்." "ஏன்டி நாங்கள்லாம் இத்தினி நாளா இல்லியா? நீ மூஞ்ச உம்முனு வச்சிகிட்டு மூணு மாசத்துக்குக்கூட இருப்ப நம்பளால ஒரு நிமிசம் இருக்க முடியாது ஆயா."

“சரி நா உங்க ஊருக்கு வந்துட்டுமா?” “எதுக்குக் கண்டவன் சிரிக்கிறதுக்கா, காட்ட யாரு பாக்கறது.” பொன்ராசுவின் கண்கள் கலங்கியது “சும்மாகூட அப்பிடிச் சொல்லாதடி.” “சீ என்ன மாமா இது கண்ணத் தொட, விளையாட்டுக்கு ஒரு வார்த்த சொல்ல முடியுதா உங்கிட்ட. நீயும் அத்தையும் ஒரே மாதிரி.” “கல்யாணத்துக்கு அப்புறம் ஒரு ஏழெட்டுக் குட்டிப் போட்ரு. அதுங்க ரவரவன்னு கத்திக்கிட்டு கெடக்கட்டும்.” “ஐயே ச்சீ.”

அவன் நினைவு அடுக்கில் ஏதோ ஒன்று மாறிவிட்டது. செல்லிக்கும் அவனுக்கும் கல்யாணம் ஆகிவிட்டதைப் போலவும் அவள் அந்தக் காட்டுக்கொட்டாயில்தான் இருப்பது போலவும் அவன் மனதில் மழைக்காலத்தில் புற்பூடுகள் தானே முளைப்பதுபோல நினைவுகள் செழித்து நின்றன. இப்போது பார்ப்பதற்குப் பொன்ராசு மிகவும் ஒளிவீசிக் கொண்டு இருந்தான். எந்நேரமும் அம்மாவிடம் அல்லது அப்பாவிடம் இல்லாவிட்டால் செல்லியிடம் பேச்சு. அவன் உலகம் மூன்று பேர்களாலும் நிரம்பி வழிந்தது.

எங்காவது ஊருக்குப் போனால் நல்ல நிறமுள்ள புடவை களை வாங்கி வர ஆரம்பித்தான். செயற்கைப் பூக்கள் அலங்காரப் பின்கள், ரப்பர் பேண்ட்டுகள், கல் பொட்டுக்கள் எல்லாமும் பையில் தென்பட்டன. யாராவது பார்த்துவிட்டு இதெல்லாம் யாருக்கு என்று கேட்டால் எம் பொண்டாட்டிக்கி என்று சொல்ல ஆரம்பித்தான். அவனே சாப்பாட்டைச் செய்து போட்டுக்கொண்டு “இந்தாடி செல்லி சோத்த ஏன்டி இப்பிடி ஆக்கி வெச்சிருக்க. இத நாயி மூந்து பாக்குமா? உங்க அப்பமூட்டுல நீ இப்பிடித்தான் ஆக்கினியா?” என்று கேட்டுக்கொண்டே தின்பான். அன்று சாப்பாடு சுமாராக இருப்பதாக அர்த்தம். ஒவ்வொரு நாள் சாப்பாடு நல்ல வாட்டமாக அமைந்துவிட்டால் அம்மாவைக் கூப்பிட்டு “என்ன இருந்தாலும் ஒங் கைப் பக்குவம் அவளுக்கு வராதும்மா” என்றபடி சாப்பிடுவான்.

ஆடி மாதத்தில் இருசன் குடி காளியம்மன் கோயில் திருவிழா நடந்தது. கம்பஞ் சோற்றில் மோரை ஊற்றிக் கரைத்துக் குடித்துவிட்டுத் துப்பட்டியை எடுத்துப் போர்த்திக்கொண்டு இருசன் குடிக்கு நாடகம் பார்க்கப் போனான். காற்று ஆளைத் தள்ளியது. புளியம்பழங்கள் ஆகாயத்தில் சளசளவெனச் சத்தமிட்டன. வேலஞ் செடிகளின் வெண்ணிறப் பூக்களின் வெளிச்சத்தில் விடுவிடுவென நடந்தான். நாடகம் பார்க்க வேண்டுமென்றோ வேடிக்கை பார்க்கவோ பொன்ராசு ஆசைப் பட்டதில்லை. உள்ளூர்ப் பண்டிகைக்குக்கூட வரி கொடுப்பான்.

கோயில் வாசலில் கட்ட இரண்டு தென்னங் குழைகளைக் கொடுத்து அனுப்புவான். மற்றபடி கோயில் பக்கம்கூடப் போகமாட்டான்.

போன சித்திரையில் பாறையூர் பெரியாண்டிச்சி கோயில் பண்டிகையில் நல்ல தங்காள் நாடகம் நடந்தது. அதில் நல்ல தங்காளாய் ஆடிய கரியனைப் பற்றித்தான் இரண்டு மாதமாய் ஊரில் பேச்சு. அவனுடைய பெண் வேடத்தைப் பார்த்துவிட்டுக் கீழக் காட்டுச் சந்தானம் "கூத்துல கரியனப் பாத்துட்டுப் போய் நம்ப வூட்ல பொம்பளங்களப் பாத்தா ஆம்பளங்களாட்டம் தெரியுது" என்றான். அப்போதே பொன் ராசு நினைத்துக்கொண்டான். அடுத்துக் கரியனின் கூத்து எங்கே நடந்தாலும் போய்ப் பார்த்துவிடுவது. இருசன் குடி இங்கிருந்து ஐந்து மைல் தூரம். உள்ளூரிலிருந்து நாடகம் பார்க்க யாரும் போகவில்லை. பொன்ராசு மட்டும்தான் இப்படி வேகுவேகு என்று போய்க்கொண்டிருக்கிறான். இருசன் குடி காளியம்மன் பண்டிகையில் கரியனின் நள தமயந்தி நாடகம் என்று சந்தைக்குப் போகும்போது நோட்டீஸ் பார்த்திருந்தான். நோட்டீஸில் கரியன் பெண் வேடத்தில் பார்ப்பதற்குச் செல்லி போலவே இருந்தான். ஓடக் காடு தாண்டி நெல் வயல்கள் தென்பட ஆரம்பித்தன. சீரியல் பல்புகளில் காளியின் மின்னி மறையும் உருவமும் வாண வேடிக்கைகளின் வண்ணமும் வானத்தில் தென்பட்டன. காளியாயி கோயில் மைதானம் பூராவும் கிர்ரெனக் கூட்டம் கூடியிருந்தது.

மறைப்பைப் பிடித்தபடி அறிமுகப் பாடலைப் பாடிக் கொண்டு தமயந்தி மேடையில் தோன்றினாள். வாத்தியங்களின் தாளக் கட்டுகள் தீப்பிடித்து முழங்கின. தாதிமார்கள் சட்டெனத் திரையை விலக்கினார்கள். பொன்ராசுவின் கண்பரப்பில் ஆயிரமாயிரம் மின்னல் பூச்சிகள் உயிர்பிடித்துப் பறந்தன. இளவட்டங்களின் வெறிகொண்ட சீழ்க்கை ஒலிகள் தாதன் மலை உச்சியைக் கடந்து முழங்கின. காட்சிகளும் சத்தங்களும் திடமில்லாமல் சரிந்து விழுவதும் மாறுவதும் என அர்த்தமற்று நகர்ந்தது இரவு. பொன்ராசு அப்படி ஒரு பெண்ணை நேரிலும் பார்த்ததில்லை. கதையிலும் கேட்டதில்லை. கற்பனை செய்து கூடப் பார்த்ததில்லை. தமயந்தி வந்த ஒரே விநாடியில் வெள்ளி முளைத்துவிட்ட மாதிரி இரவு விருட்டெனப் போய் விட்டது.

வரும்போது மேக்கப் கலைத்த கரியனைப் பார்த்துவிட்டு வந்தான். அவனுக்கும் மேடையில் தோன்றிய தமயந்திக்கும்

சம்மந்தமே இல்லாததுபோல் இருந்தது. ஒரே ஒரு ஒற்றுமை மட்டும் அவனால் உணர முடிந்தது. தமயந்தி வேடத்தில் இருந்தபோதும் இப்போது வேடத்தைக் களைத்திருந்தபோதும் அவனிடம் செல்லியின் ஏதோ ஒரு சாயலை உணர முடிந்தது. திரும்பி வரும்போது அதைப் பற்றியே யோசித்துக்கொண்டு வந்தான். கரியனிடம் மட்டுமல்ல ஒவ்வொரு மனிதனிடமும் செல்லியின் ஏதோ ஒரு சாயல் இருப்பதை அப்போதுதான் புரிந்துகொண்டான். தனக்குத் தெரிந்த முகங்களையெல்லாம் நினைவுக்குக் கொண்டு வந்து அதில் செல்லியின் சாயலைத் தீவிரமாகத் தேடினான். ஏதோ ஒன்றைக் கண்டுபிடிக்க முடிந்தது குறித்து அவனுக்கு உற்சாகமாய் இருந்தது. ஐந்து மைல் தூரத்தை எப்படி நடந்துவந்தான் என்றே தெரியவில்லை. வீட்டுக்கு வந்ததும் கண்ணாடியை எடுத்துவைத்துக்கொண்டு உற்றுப் பார்த்தான். அவனுடைய முகத்திலேயே ஏராளமாகச் செல்லி யின் சாயல்கள் தோன்றின. ஒருவேளை எல்லோரிடமும் செல்லியின் சாயல்கள் இருக்கிறதா, இல்லை உற்றுப்பார்த்தால் சாயல்கள் எங்கிருந்தோ வருகிறதா என்று அவனுக்குப் புரியவில்லை. ஆனால் மனித முகங்களில் செல்லியின் சாயல் இருப்பதை மட்டும் அவனால் உறுதியாகக் கண்டுகொள்ள முடிந்தது.

இரண்டு நாளாய் அவன் வேறொரு உலகத்தில் அலைந்து கொண்டிருந்தான். சாப்பாட்டைப் பற்றியும் தூக்கத்தைப் பற்றியும்கூட நினைவு வரவில்லை. எந்நேரமும் மனதில் கரியன் பேசிக்கொண்டும் ஆடிக்கொண்டும் சிரித்துக்கொண்டு மிருந்தான். பெற்றவர்களிடம்கூட எதுவும் பேசவில்லை. வெள்ளிக்கிழமை சாயந்திரம் மாடுகளுக்குக் கூளம் போட்டு விட்டுச் சுண்டைக்காய் பறித்துக் குழம்பு வைத்து வயிறு புடைக்கத் தின்றுவிட்டு நேரத்தோடு படுத்து அசந்து தூங்கி விட்டான். நடுராத்திரியில் அவன் திடீரென்று எழுந்து உட்கார்ந்துகொண்டான். தொட்டியில் தண்ணீர் மொண்டு முகத்தைக் கழுவி ஈரிழைத் துண்டில் முகத்தைத் துடைத்தான். டிரங்குப் பெட்டியைத் திறந்து மஞ்சளில் சிவப்புப் பூ போட்ட நைலக்ஸ் சேலையை எடுத்து இடுப்பில் கட்ட ஆரம்பித்தான். அப்போது அவன் தூக்கக் கலக்கத்தில் இருந்தானா அல்லது சுய நினைவில் இருந்தானா தெரியவில்லை. முகத்தில் பவுடரை அப்பிக் கண்களுக்கு மை தீட்டினான். ஒயிலாக நடந்து கொஞ்சிக் கொஞ்சிப் பேசிக்கொண்டு அப்படியே படுத்துத் தூங்கினான். அரைமணி நேரத்தில் மீண்டும் எழுந்து சரசர வெனப் புடவையை அவிழ்த்து எறிந்துவிட்டு முகத்தின் அத்தனை தடயங்களையும் சுத்தம் செய்துகொண்டு மீண்டும்

படுக்கையில் விழுந்தான். காலையில் "இந்தாடி செல்லி, இந்த சீலய மடிச்சி வெக்கக் கூடவா உங்கொப்ப மூட்டுல சொல்லித் தருல" என்று சத்தம் போட்டுக்கொண்டு புடவையை மடித்துப் பெட்டியில் வைத்துப் பூட்டிவிட்டுக் கட்டுத்தரை பக்கம் போனான்.

காற்றுக்காலம் முடிந்து மழைக்காலமும் முடிந்து பின் பனிக்காலத்தில் ஒருநாள் பொழுது முளைத்தபின் கண்விழித்த போது அவன் சேலையைக் கட்டிக்கொண்டு கட்டிலில் கிடந்தான். கண்களில் மை அப்பியிருந்தது. தலையில் செம்பருத்திப் பூக்கொத்தும் மருதாணிப் பூக்கொத்தும் இருந்தன. "அடக் கருமாந்திரமே தூங்கும்போது எந்தப் பீத்தநாய் எனக்குச் சீலய சுத்தி உட்டது" என்று அலறினான். ஆனால் சேலையை உருவி எறியும் நேரத்துக்குள் தன் நோயைப் புரிந்துகொண்டான். அன்று முழுவதும் உடல் கணகணவென்று இருந்தது. அடக் கருமாந்திரமே என்று முனகிக்கொண்டே இருந்தான். தான் பெண்ணைப் போலப் புடவையைக் கட்டிக் கொண்டு கட்டிலில் கிடந்த காட்சி மொழக்குச்சி அடித்த மாதிரி மனதை விட்டு அசையாமல் இருந்தது. ஒருவேளை தான் பெண்ணாக மாறிக்கொண்டிருக்கிறோமோ என்று சந்தேகமாக இருந்தது. எந்தக் காலத்தில் இருந்து இப்படித் தூக்கத்தில் வேசம் போட்டுக்கொண்டு திரிகிறேனோ என்ற கேள்வி மூளையை அறம் போலத் தீட்டிக்கொண்டிருந்தது. தன்னை இந்தக் கோலத்தில் ஊரில் யாரெல்லாம் பார்த்தாரோ தெரியவில்லையே என்று நினைத்தபோதே உடல் நடுங்கியது. அந்தக் கரியனின் கூத்தைப் பார்க்கப் போயிருக்கவே கூடாது. அதற்குப் பிறகுதான் தனக்கு ஏதோ ஆகிவிட்டது என்று நினைத்தான்.

இரவு அவன் படுக்கையில் சாயவே இல்லை. ஓட்டு வீட்டில் மழைபோல் இறங்கும் பனியில் இரண்டு துப்பட்டிகள் போர்த்திக்கொண்டு தாங்க முடியாத குளிரில் பற்களைக் கிட்டித்துக்கொண்டு குர்ரென உட்கார்ந்திருந்தான். முத்தா யோடும் சங்கரலிங்கத்தோடும் அவன் எதுவும் பேசவில்லை. செல்லியிடம்கூடப் பேசவில்லை. அவனை அறியாமல் கண்களை மூடினால்கூடத் திடுக்கிட்டு விழுந்து தன் உடம்பில் புடவை சுற்றியிருக்கிறதா என்று மிரளமிரளப் பார்த்தான். விடிந்தபின் தலையெல்லாம் ஒரே பாரமாய் இருந்தது. வேலை எங்கோ ஓடியது. நினைவு எங்கோ சுற்றியது. அன்றைய பொழுது எப்படியோ போய்விட்டது. அன்று இரவும் கட்டிலில் படுக்கப் பயமாய் இருந்தது. தூங்கிவிட்டால் கட்டாயம் புடவையை எடுத்துக் கட்டிக்கொள்வோம் எனப் பயந்தான்.

இதை எந்த நாயாவது பார்த்திருந்தால் ஊருக்குள் தலை நிமிர்ந்து நடப்பது எப்படி என்று நினைத்துப்பார்க்கவே அச்சமாய் இருந்தது. இன்றும் குளிரில் குத்தவைத்து உட்கார்ந்து கொண்டு தூக்கத்தில் சாமியாடியபடியே இரவைக் கடந்து விட்டான். சுள்ளென வெயில் வந்தபோது அவனுக்குக் கனவுக்கும் நினைவுக்கும் பெரிதாக வித்தியாசம் தெரியவில்லை. தயிரும் பழைய சோறும் சாப்பிட்டதும் தூக்கம் பிசாசு மாதிரி அவனைப் பற்றியது. என்ன செய்வது என்று ஒன்றும் புரியவில்லை. ஒரு விநாடி சுதாகரித்துத் தண்ணீர்த் தொட்டியில் போய் விழுவதற்குள் மயக்கம் மாதிரி வந்துவிட்டது. செத்தக் குருவி மாதிரி திண்ணையில் விழுந்தவன் மத்தியானம் வரை அசையாமல் கிடந்தான். மத்தியானத்துக்கு மேல் எழுந்தவன் அலட்சியமாக உள்ளே போய்ப் பெட்டியைத் திறந்தான். தாமரைப்பூ நிறத்தின் மீது பொன்நிற சமிக்கி வேலை செய்த சேலையையும் நீல வண்ண ஜாக்கெட்டையும் எடுத்துக் கனத்த குரலில் கூத்துப் பாடலொன்றைப் பாடியபடி உடுத்திக்கொண்டு பிடரி வரை இருந்த தலைமுடியை அள்ளி ரப்பர் பேண்ட் போட்டான். தலையில் செம்பருத்தியும் மருதாணிப் பூவையும் பிய்த்துவைத்தான். முகத்தில் பவுடரை அப்பி கண்களுக்கு மை தீட்டினான். கைகளைப் பின்னால் கட்டிக்கொண்டு வீட்டை ரெண்டு முறை பெண் நடையில் சுற்றி வந்தான். இடுப்பில் சுருக்குப் பை இருக்கிறதாவெனத் தொட்டுப் பார்த்து உதட்டைப் பிதுக்கிவிட்டு உள்ளே போய் காசு எடுத்து வந்து முந்தானையில் முடிந்துகொண்டு நான் போய் வெத்தல வாங்கிட்டு வாறேன் என்று யாரிடமோ சொல்வது மாதிரி அவனிடமே சொல்லியபடி வரப்பைக் கடந்து ஊர் வீதிக்குள் ஒரு மகாராணியின் தோரணையோடு நடந்தான். சேந்துக் கிணற்றில் தண்ணீர் இறைத்துக் கொண்டிருந்த பெண்கள் நான்கு சகடையிலும் கயிற்றைக் கிணற்றுக்குள் பறக்க விட்டுவிட்டு இவனைப் பார்த்தனர். பிள்ளையார் கோயிலில் தாயம் ஆடிக்கொண்டிருந்த ஆட்களும் அச்சாங்கல்லும் நொண்டியும் ஆடிக்கொண்டிருந்த பள்ளிக்குப் போகாத பொடிசுகளும் அவனைப் பிரமித்துப்போய்ப் பார்த்தனர். தெருவில் ஒலித்துக்கொண்டிருந்த மனிதக் குரல்கள் விருட்டெனத் தேய்ந்தடங்கின. அவன் ஆளில்லாத தெருவில் நடப்பது மாதிரி அலட்சியமாய் நடந்து நாகராஜின் பெட்டிக் கடைக்கு வந்து “வெத்தலை இருந்தா ரெண்டு ரூவாய்க்கித் தாரு” என்றுவிட்டு முடிந்து வைத்திருந்த காசை அவிழ்த்தான்.

நாகராஜ் அவனைக் குறும்பாகப் பார்த்துக்கொண்டு “ஏம்மா பொண்ணு யாரு தெரியலையே” என்றான்.

பொன்ராசு எதுவும் பேசவில்லை. வெற்றிலையை வாங்கி வாயில் அடக்கிக்கொண்டு திரும்பினான். இரண்டு அடி எடுத்து வைத்துவிட்டுத் திரும்பி நாகராஜைப் பார்த்தான் "நெசமாவே உனக்கு என்னத் தெரியலையா இந்த வீதியில என்ன நீ பாத்ததே இல்லியா" என்றான்.

நாகராஜ் பெருங்குழப்பத்தோடு அவனைப் பார்த்துக் கொண்டு "இல்லையே" என்றான்.

இவன் "அஞ்சாங்காட்டுப் பொன்ராச உனக்குத் தெரியுமா?" என்றான்

இந்தக் கேள்விக்குத் தெரியும் என்று சொன்னால் சரியாய் இருக்குமா அல்லது தெரியாது என்று சொன்னால் சரியாய் இருக்குமா என்று ஒரு விநாடி குழம்பிவிட்டு ஆமாம் என்றான்.

பொன்ராசு "நான் அவம் பொண்டாட்டி செல்லி" என்றுவிட்டு வெற்றிலைச் சாற்றைப் புளிச்செனத் துப்பிய வனாய் அஞ்சாங்காட்டைப் பார்த்து நடக்க ஆரம்பித்தான்.

('மனதிற் திளைத்து வெளியில் தொலைதல்' என்ற தலைப்பில் செப்டம்பர் 17, 2012 மலைகள்.காம்-இல் வெளிவந்தது.)

✻

மழையில் எரியும் நினைவுகள்

மழையில் மிகவும் குளிர்ந்துவிட்ட சுற்றுப் புறத்தின் நடுவே இருக்கும் வீட்டின் உணவு அறை மேசையின் மெல்லிய ரோஜா நிறக் கோலங்களையே அவன் வெறித்துப் பார்த்துக்கொண்டிருந்தான். தொண்டையில் வெல்வெட் முட்கள் கூர்மையாவது போல வறட்சி உண்டானது. ஜக்கிலிருந்த தண்ணீரை மெல்ல வாயில் சரித்துக்கொண்டான். குளிர்மை உடலெங்கும் பாய்ந்து வெளியின் குளிர்ச்சி உடலுக் குள்ளும் புகுந்து சமனை நோக்கிச் சென்றது. முகமற்று கேட்டுக்கொண்டிருக்கும் மனிதக் குரல்கள் மிக வேகமாக அடங்கி நடுநிசியாக மௌன இருள் எட்டு மணிக்கே அடர்ந்துவிட்டது. அவன் மீண்டும் தண்ணீரை எடுத்துக் குடித்தான்.

எல்லாம் முடிந்துவிட்டது போலச் சலிப்பாய் இருந்தது. தன்னுடைய இதுநாள் வரையிலான வாழ்க்கை ஒருநாள் ஒரு நிமிடம் இல்லாமல் எல்லாமும் ஒரே நேரத்தில் இப்போது நினைவுப் பரப்பில் எழுந்து நிற்கிறது. விளைந்த வயலைப் பார்ப்பதைப் போல அதைப் பார்த்துக்கொண்டு மௌனமாக உட்கார்ந்திருந்தான். அவனுக்கு ஆச்சரியமாய் இருந்தது. இதுவரை எவ்வளவோ விசயங்கள் மறந்துபோயிருக்கின்றன. நேற்று நடந்தது இன்று சுத்தமாய் மறந்து போயிருக்கிறது. ஆனால் இப்பொழுது ஏறக்குறைய அவன் வாழ்வில் நடந்த எல்லாச் சம்பவங்களுமே நினைவில் மின்னிக் கொண்டிருந்தது. அந்த நினைவுப் பரப்பை முதலில்

ஒரு நெல் வயலைப் போலக் கற்பனை செய்திருந்தான். நெல் வயல் மெல்ல மெல்லச் சோகை முற்றி அறுவடை முடிந்த கரும்புத் தோட்டமாக மாறியது. கரும்புத் தோட்டம் என்ற நினைவை உடனடியாக அழித்துக்கொண்டான். வெறும் கோரை என்று வாய்விட்டு முணுமுணுத்தான் சுனங்குகள் பறக்கும் கோரைத் தோட்டம் மனதுக்குள் விரிந்தது. மெல்ல அந்த நினைவு தீப்பிடித்து எரிவதாய் மாறியது. கோரைக் காடு பற்றி எரிந்தது. அவன் எழுந்து நின்று ஜன்னலைப் பார்த்தான். வெளி எங்கும் தீப்பிடித்து எரிவதாய்த் தோன்றியது. மழைத்துளிகள் மீண்டும் விழ ஆரம்பித்தன. அந்தத் துளிகள் ஒவ்வொன்றும் தீயாய் விழுந்தது. ஐந்து நிமிடங்கள் அந்தத் தீக்கொழுந்துகளைப் பார்த்துக்கொண்டு அசையாமல் நின்றான். பொம்மையாகத் தன்னுடலை நிறுத்திவிட்டு அவன் எங்கோ போய்விட்ட மாதிரி இருந்தது. திடீரென அசைந்து ஜன்னலில் தொங்கிய நீலநிறப் பூக்களிட்ட வெண்நிற திரைச் சீலையை அவிழ்த்தான். உணவு மேசையின் மீது உட்கார்ந் திருந்த ஸ்டூலை வைத்து ஏறித் திரையை பேனில் இறுக்கிக் கட்டி மறு முனையில் சுருக்கைக் கட்டினான். கீழே இறங்கிக் கொண்டான். இப்போது அந்தத் துணியைப் பார்க்க அவனுக்கே பயமாய் இருந்தது. அந்தப் பயத்தினடியே கட்டற்ற சுதந்திரத்தின் கொண்டாட்டம் தளதளத்துக்கொண்டிருந்தது. சேரில் கண்களை மூடி சாய்ந்து உட்கார்ந்தான். ஏதாவது எழுதி வைக்க வேண்டும் போல இருந்தது. வெளியே போய் மேசை டிராயரைத் திறந்து பேனாவும் பேப்பரும் எடுத்து வந்து பேனாவைத் திறந்து வைத்துக்கொண்டு உட்கார்ந்தான். அவன் மனதில் தோன்றிய வார்த்தைகள் கைளில் நதியாய் ஓடி பேனாவுக்குள் பாய்ந்து முள் முனையில் தேங்கி நின்றது. அவ்வளவையும் எழுத ஒரு பெரிய புத்தகம் ஆகிவிடும் என்று நினைத்தான். நான் என்று எழுதி நிறுத்தினான். சட்டென எல்லாமே ஆவியாகி விட்டது போல வெறுமையாய் உணர்ந்தான் மனதுக்குள் வார்த்தை ஒன்றுமே இன்றி வெறும் கூட்டைப் போல லேசாக உணர்ந்தான். தன்னை மூச்சுத் திணற அழுத்திக்கொண்டிருந்த அத்தனை வார்த்தைகளும் எங்கே போயின என்று பிரமித்தான். அவை உள்ளுக்குள் ஓசையை இழந்துவிட்டாலும் அதன் உணர்வுகள் அதே கனத்தோடு அல்லது அதைவிட கனமாய் அழுத்திக்கொண்டிருப்பதை இப்போது உணர முடிந்தது. ஒரு வார்த்தைகூட எழுதாமல் ஒதுக்கிவைத்தான்.

சின்னப் பையனாய்ப் பெருமையோடு அம்மாவின் கையைப் பிடித்துக்கொண்டு நடந்த உணர்வுகள் பூச்சியாய் உள்ளங்காலில் ஊற ஆரம்பித்தது. ஏன் அந்தநாள் போனது?

அந்த நாளைத் தன்னிடம் இருந்து பறித்தது யார்? மீண்டும் அங்கே போக ஏதாவது வழி இருக்கிறதா என்று நினைத்துக் கொண்டே தன்னைச் சுற்றிப்பார்த்தான். அந்த வழியை அங்கே சுற்று முற்றும் தேடுவதுபோல இருந்தது. ஜன்னலும் கதவும் இறுக்கமாக மூடி அந்த அறை மட்டும் உலகத்திலிருந்து துண்டிக்கப்பட்டிருப்பதாகத் தோன்றியது. சின்ன வயதில் எப்போதோ ஒருநாள் திருவிழாவுக்காகத் துணியெடுக்கப் போன ஜவுளிக் கடையில் குவிந்திருந்த ஆடைகளின் நிறமும் பொலிவும்கூட இப்போது ஞாபகத்தில் வந்தது. பிரகாஷ் அப்பாவின் கையைப் பிடித்துக்கொண்டு நின்றிருந்தான். இவனுக்கும் தம்பி சுதாகருக்கும் ஒரு வயதுதான் வித்தியாசம் என்றாலும் இரண்டு பேரும் இரட்டையர் மாதிரி ஒரே உருவில் இருந்தனர். பிரகாஷ் முன்னால் கிடந்த சட்டையில் ஒரு நாவற்பழ நிறச் சட்டையைக் காட்டி இது என்று அம்மாவின் முகத்தைப் பார்த்தான். “அந்தச் சட்ட உனக்கு வேணுமா எந்தங்கம்” என்று அம்மா அப்பாவைக் கூப்பிட்டு அந்தச் சட்டையை வாங்கச் சொன்னாள். சுதாகர் திடீரென்று அழ ஆரம்பித்தான் “ஏன்டா செல்லம்” என்று அவனைத் தூக்கி வைத்துக்கொண்டு அப்பா கேட்டதும் அவனும் அதே சட்டையைக் காட்டினான். அப்பா “இதே மாதிரி இன்னொரு சட்ட இருக்கா?” என்றார். கடை ஊழியர் கைகளைப் பிசைந்து கொண்டு இல்லையே என்றார். “சரி தம்பி இத தம்பிக்கிக் குடுத்திடலாம் உனக்கு இதே மாதிரி வேற வாங்கித் தறேன் என்ன” என்று பிரகாஷின் தலையில் முத்தமிட்டார். அப்போது இவன் ஏன் ஓவென்று அலறிக் கூச்சலிடவில்லை. காட்சியின் வேகம் தணிந்து கண்களைத் திறந்தான். அந்தச் சட்டை பறிபோனதை நினைத்து இப்போது அழுகை வந்தது. கண்களில் கண்ணீர் தழும்பி வழிந்தது. “தம்பி நீ அண்ணன் இல்லையா தம்பி நம்ம தம்பி இல்லையா” என்றபோது அவன் ஏன் மௌனமாக இருந்தான். மௌனமாக இருந்தானே ஒழிய அந்தச் சட்டையின் மீதான ஆசையைத் துறக்க முடிந்ததா வீட்டில் சில நாள் கழித்து அந்தச் சட்டையைத் தான் போட்டுப் பார்க்கட்டுமா என்று ஆர்வம் மிளிரக் கேட்டான். அப்பா அவனை முத்தமிட்டு சட்டையை எடுத்து அவனுக்குப் போட்டு விட்டார். சுதாகர் அம்மாவிடம் சாப்பிட்டுக்கொண்டிருந்தவன் சாப்பாட்டு வாயோடு கீழே விழுந்து புரண்டுகொண்டு அழுதான். அப்பா எழுந்து போய் அவன் முதுகில் ஒரு அடி வைத்தார். “டேய் அண்ணன் போட்டுப் பார்த்தா என்ன ஆயிடும்”. அவன் அலறல் சகிக்க முடியாததாய் ஆனது. அப்பா தொடர்ந்து அவன் முதுகில் மொத்த ஆரம்பித்தார். அம்மா ஓடி வந்து “டேய் அந்த சட்டைய கழட்டுடா”

என்றாள். இவன் சட்டையைக் கழட்டிவிட்டான். அன்று இவன் மட்டும்தான் பள்ளிக்கூடம் போனான். தம்பி பள்ளிக் கூடம் வரவில்லை. சாயந்திரம் வந்தபோது சுதாகர் எப்போதை யும்விட குதூகலமாய் இருந்தான். அப்பா அவனைக் கடை வீதிக்குக் கூட்டிப் போனதாகவும் பொம்மைக் கார் வாங்கித் தந்ததாகவும் சொன்னான். இவன் முகம் கல்லைப் போல இறுகிக்கொண்டு வந்தது. சுதாகர் கார் பொம்மையை எடுத்து இவனிடம் கொடுத்தான். இவன் அதை மௌனமாக வைத்து விட்டான். அவனுக்கு அப்பா அம்மா தம்பி யாருக்கும் தெரியாமல் எங்காவது போய் அழ வேண்டும் போல இருந்தது. அம்மா உள்ளே இருந்து வந்து "கண்ணு உனக்கு ஒரு கார் பொம்ம வாங்கியிருக்குது பாரு" என்று அதே போல ஒரு பொம்மையைக் கொண்டு வந்து காட்டினாள். அவனுக்குச் சட்டென ஒரு மகிழ்ச்சி வந்தது. அப்போது அந்த மகிழ்ச்சி ஏன் வந்தது. அதைத் தூக்கி எறிந்துவிட்டு என்னைக் கடைக்குக் கூட்டிப் போங்க நானே வேற வாங்கிக்கிறேன் என்று ஏன் சொல்லவில்லை?.

பையிலிருந்த மதுப் புட்டி ஞாபகத்திற்கு வந்தது. அவன் இதுவரை மது வகைகள் எதையும் குடித்ததில்லை. இன்று குடிக்க வேண்டும் போலத் தோன்றியது. கடையில் போய் என்ன கேட்பது என்று தெரியாமல் நின்றுகொண்டிருந்தான். பக்கத்தில் ஒருவர் வாங்கும் சரக்கைக் காட்டி தனக்கும் அதையே கொடுக்கச் சொல்லி ஜாடை காட்டினான். பாட்டிலை எடுத்து மேஜையின் மீது வைத்தான். அதன் அரக்குத் தங்க நிறம் வெளிச்சத்தில் மின்னியது. இப்போது குடிக்க வேண்டும் என்ற எண்ணம் எதுவுமில்லை.

"ஜூஸ் சாப்டுறியாப்பா" அப்பா கேட்டபோது "வேண்டாம்பா" என்றான். "பரவால்ல வாங்கிக்கடா" என்று சாத்துக்குடி ஜூஸ் வாங்கினார். "ஒண்ணப் பத்திக் கவல இல்லடா இந்த சுதாகரத்தான் எப்படி ஆளாக்கப் போறேன்னு தெரியல. ஒரே அடம். பாத்தியா சைக்கிள் வாங்கித் தரச் சொல்லி ரெண்டு நாளா ஒரே ராவுடி". இவன் எதுவும் பேசவில்லை. "உனக்கு இருக்குற பக்குவத்தில பத்தில ஒரு பங்கு கூட அவனுக்கு இல்லப்பா. போன மாசம் நீ கூட சைக்கிள் கேட்ட. இல்லப்பா இப்ப கொஞ்சம் கஷ்டம்னு சொன்னதும் நீ கம்னு விட்றலியா. உனக்கும் அவனுக்கும் ஒரு வயசு தானே வித்தியாசம் உன்னோட பக்குவம் அவனுக்கு ஏன் வரமாட்டிங்குது?". அப்போது இவனுக்கு என்ன சொல்வ தென்று தெரியவில்லை. "பரவாயில்லப்பா தம்பிக்கு சைக்கிள் வாங்கிக் குடுங்க நாங்க ரெண்டு பேரும் ஓட்டிக்கிறோம்"

என்றான். ஆனால் சைக்கிள் வாங்கியதும் ஒரு முறை ஓட்டிப் பார்க்க மட்டும் கொடுத்தான். அதற்கு முன் கடைக்குப் போக வேண்டுமென்றால் இவன்தான் போக வேண்டும். சைக்கிள் வந்த பின் சின்னச் சின்ன விசயத்திற்கும் சுதாகர் சைக்கிள் எடுத்துக்கொண்டு ஓடினான். இவனுக்கு அந்த சைக்கிளைத் தொடவே பிடிக்கவில்லை. எவ்வளவோ முயன்றும் அவனால் சகஜமானவனாக இருக்க முடியவில்லை. எதையோ இழந்ததைப் போலத் துக்கம் பீடித்த முகத்துடன் அவன் நடமாடிக் கொண்டிருந்தபோது அப்பா தன்னுடைய மோதிரத்தை விற்று சைக்கிள் வாங்க ஏற்பாடு செய்வதாக அம்மா சொன்னாள். இவன் கண்டிப்பாக மறுத்துவிட்டான்.

இதையெல்லாம் கூட மறந்துவிட்டான். ஒரு முறை அவன் வீட்டில் இல்லை என்று நினைத்துக்கொண்டு தன் நண்பரிடம் அப்பா "சின்னவனப் பத்திக் கவலையில்ல. அவன் நெனச்சத எப்பாடு பட்டாவது சாதிச்சிடுவான். பெரியவன் தான் கொஞ்சம் மந்தம் என்ன பண்ணுவான்னு தெரியல" என்றார். அவனுக்குக் கீழே பூமி ராட்டினம் போல அவனை வீசியாட்டியது. அப்பாவின் அந்த வார்த்தைகள் இப்போது போல அவன் காதில் ஒலித்தது. கண்களில் கண்ணீர் புரண்டது. ஆனால் அவன் இந்த முடிவுக்கு வர இது எதுவுமே காரண மில்லை. எல்லாவற்றையும் ஜீரணித்துக்கொண்டு எல்லா வற்றையும் சகித்துக்கொண்டு அவன் வாழப் பழகியிருந்தான். மனிதர்களின் குணங்களை அவனால் கூர்ந்து கவனிக்க முடிந்தது. எந்த நேரத்தில் யார் எப்படிப் பேசுவார்கள் என்ன முடிவெடுப்பார்கள் என்பதை அவனால் யூகிக்க முடிந்தது. ஒரு வகையில் நடந்தது எல்லாமே இயற்கையானது என்றுதான் அவன் நினைத்திருந்தான். யாரிடமும் எந்தப் புகாரோ வன்மம், காழ்ப்பு, வெறுப்பு என்று எதையுமே அவன் வைத்துக்கொள்ளவில்லை.

அவனுக்குக் கல்யாணம் பற்றிப் பேச்செடுத்தபோது அவன் அடுத்த வீட்டு மஞ்சுவைக் கட்டிக்கொள்கிறேனே என்றான். அம்மா எடு வெளக்க மாத்த என்றாள். "ஏம்மா அவளுக்கென்ன?" என்று கேட்டபோது "பக்கத்து பக்கத்துல தாயா பிள்ளையா பழகிட்டு இப்பப் போயி பொண்ண குடுன்னு கேட்டா என்னடா நெனப்பாங்க". என்றாள். "என்ன நெனப்பாங்க இதுல தப்பா நினைக்கிறதுக்கு என்ன இருக்குது? என்று கேட்டபோது அம்மா அவனை ஒரு அருவருப்பான பொருளைப் போலப் பார்த்தாள். அப்பா விசயத்தைக் கேள்விப் பட்டு செருப்ப எடுத்து அவன் மொகரையில அடி என்றார். அவன் அதற்குப் பின் பெண் பார்க்க எங்கும் வர முடியாது

என்றுவிட்டான். அப்பா "காலத்துக்கும் இப்பிடியே கெடந்தாலும் கெட. ஆனா நீ நெனைக்கிறது மட்டும் நடக்காது." என்று விட்டார். கொஞ்சநாள் கழிந்தால் ஏதாவது நடக்கும் என்று நினைத்தான். அப்பா அவர் முடிவில் உறுதியாகவே இருந்தார். இப்படியே இரண்டு வருடங்கள் ஓடிவிட்டது. மஞ்சுவுக்கு வரன் தேட ஆரம்பித்துவிட்டனர். அப்பா இவனைக் கர்வமாகப் பார்த்துக்கொண்டார். எப்படியும் அவளுக்குக் கல்யாணம் ஆகும் வரைதானே இந்த வைராக்கியமெல்லாம் அப்புறம் என்ன பண்ணுவ எங்க வழிக்கு வந்துதானே ஆகணும் என்பது தான் அவர் பார்வையின் பொருள். அவனுக்குச் செத்துவிடலாம் போல இருந்தது. அது தன்னுடைய காதல் நிறை வேறாததிற்கா அல்லது பெற்றவர்களின் பிடிவாதத்துக்கா என்று தெரியவில்லை. செத்துவிடலாம் என்று தோன்றியதே தவிர அதற்கான ஏற்பாடு களைத் தாம் தான் செய்ய வேண்டும் என்று அப்போது அவனுக்குத் தோன்றவில்லை. தன்னுடைய உயிர் எப்படியாவது தானே போய்விடாதா என்றுதான் எதிர்பார்த்தான்.

அந்த வலிமிக்க நாள் இப்போது அவன் மனதில் திரும்ப நிகழ்ந்தது. திடீரென்று சுதாகர் தான் மஞ்சுவை விரும்புவதாகவும் அவளைத் தனக்காகப் பெண் கேட்குமாறும் அறிவித்தான். அப்பாவின் உடல் நடுங்கியது. "டேய் சுதாகர் நீ இப்படிப் பேசலாமா அவள அண்ணன் விரும்பி நீயும் விரும்பினா என்னடா அர்த்தம்". "அதுக்கென்ன பண்றது அவனுக்குத்தான் நீங்க கட்டி வைக்க மாட்டேன்னுட்டீங்க இல்ல எனக்குப் போய் பொண்ணு கேளுங்க". "அடி செருப்பால" தன்னை மறந்து அலறினாலும் செக் வைக்கப்பட்ட ராஜா போல அவர் திகைத்துப்போனார். அவரால் கற்பனை செய்து கூடப் பார்க்க முடியவில்லை. அதே நேரம் சுதாகரின் பிடிவாத குணம் அவர் உடலை வெலவெலக்க வைத்தது. "அப்பா உம் பிடிவாதத்த இதுலயும் பிடிச்சிடாத உன் கால்ல வேணாலும் விழறேன்" என்று அவன் காலிலேயே விழப் போனார். அவன் ஒதுங்கிக்கொண்டான். "நீங்க கேக்கறீங்களா நாங் கேக்கட்டுமா?" என்பதுதான் அவன் கேள்வி. பிரகாஷைப் பற்றி அவனுக்குத் தற்செயலாகக் கூட மனதில் எதுவும் தோன்றியதாய்த் தெரியவில்லை. "டேய் உங்க அண்ணன எனக்கு எதிரியா பண்ணனும்னே கங்கணம் கட்டிகிட்டியா வேணாம்டா சொன்னாக் கேளு. நாளைக்கு நான் அவம் முகத்துல முழிக்க வேணாமா? அவங் கையால சோறு வாங்கித் தின்ன வேணாமா?" "வெறும் சோத்துக்கா உனக்கு இத்தினி பயம்? அந்தச் சோத்த நாம் போடமாட்டனா?" அவன் வாயோரத்தில் இகழ்ச்சி நுரைத்து வழிந்தது. அப்பா அவனை ஓங்கி அறைந்தார். இதை எதிர்பாராத சுதாகர்

அரைவட்டமாய்ச் சுழன்று கீழே விழுந்து கூரையை வெறித்த படி அப்படியே கிடந்தான். கண் ஓரங்களில் கண்ணீர் வழிந்தது. அந்த அடியை அப்பா இதுவரை அவர்களுக்கு அறிமுகப் படுத்தியதில்லை. அன்று இரவு சுதாகர் பூச்சிக்கொல்லி மருந்து வாங்கிக்கொண்டு வீட்டுக்கு வந்தான். அவன் பையில் பூச்சி மருந்தைப் பார்த்ததும் அம்மா நெஞ்சு நெஞ்சாய் அடித்துக்கொண்டு கதறினாள். அப்பாவுக்கும் அழுகை வந்து விட்டது. இவன் எதுவுமே நடக்காதது மாதிரி சேரில் உட்கார்ந் திருந்தான். சுதாகரும் அழ ஆரம்பித்துவிட்டான். மூன்று பேரும் கட்டிக்கொண்டு ஒப்பாரி வைத்தனர். இவனுக்கு அவர்கள் மூன்று பேரும் திட்டமிட்டு ஏதோ நாடகத்தை அவனுக்கு முன்னால் நடத்திக்கொண்டிருப்பதாகத் தோன்றியது. அவர்களை அப்படியே புழுக்களைப் போலக் காலில் வைத்து நசுக்க வேண்டும் போல இருந்தது. அம்மா அச்சத்தோடு இவனைத் திரும்பிப் பார்த்தாள். இவன் பார்வையை ஜன்னல் பக்கம் திருப்பிக்கொண்டான். மூவரும் கட்டி அழுதுகொண்டே இவன் காலில் சரிந்தனர். இவனுக்கு உடம்பெல்லாம் வெல வெலத்துப் போய்விட்டது. தீப்பட்ட மாதிரி குதித்துக்கொண்டு எழுந்து அறைக்குள் ஓடிக் கதவைச் சாத்தினான். வாய் இரண்டாய் கிழிந்துவிடும் அளவுக்கு திறந்துகொண்டு கத்த வேண்டும் போல இருந்தது.

அதற்குப் பிறகு அப்பா மஞ்சுவின் வீட்டுக்குப் போய் சின்னவனுக்காகப் பெண் கேட்டிருக்கிறார். அவர்களும் எந்த வித எதிர்ப்பும் சொல்லாமல் சம்மதித்துவிட்டார்கள் என்பது பிற்பாடுதான் தெரிந்தது. அப்போது அவனுக்கு அப்பாவைக் கொல்ல வேண்டும் போல இருந்தது. அப்பா இவனைப் பார்க்கும்போதெல்லாம் உடலெல்லாம் புழு நெளிவதைப் போல உடலைக் குறுக்கிக்கொண்டு சென்றார். இரண்டு நாளில் அப்பாவை அப்படி ஒரு குற்ற உணர்ச்சியோடு பார்க்க இவனுக்குச் சகிக்கவில்லை. ஒரு முறை அவரை எதிர் கொண்டு கட்டி அணைத்துக்கொண்டான். "அப்பா இங்க பாருங்க அவ்வளவு கொடுமையான தப்பு ஒண்ணும் நீங்க செஞ்சிடல" என்றுவிட்டு அழுதான். அப்பா தலையைக் குனிந்துகொண்டு கைகளைக் கூப்பினார். காலில் விழ மீண்டும் முயற்சித்தார். "அப்பா நா என்ன செஞ்சா நீங்க பழைய படி சகஜமா இருப்பீங்க" என்றான். "ஒண்ணும் செய்ய வேண்டாம்பா நாங்க ஒனக்கு ஒரு பொண்ண பாத்து வெச்சிருக்கோம் அவளக் கல்யாணம் பண்ணிகிட்டா போதும்" என்றார் தலையைக் குனிந்துகொண்டு. "அவ்வளவுதானே நான் பண்ணிக்கிறேன். முதல்ல தம்பி கல்யாணத்த முடிங்க". "அதெல்லாம் முடியாது முதல்ல நீ ஒருத்தி கழுத்தில தாலிய

கட்டு அப்புறம் எதுவா இருந்தாலும் பேசிக்கலாம்". அவன் எதுவும் பேசவில்லை. அப்பா அவன் தலையைக் கைகளால் கோதினார். "உனக்கு அப்பா முகத்தப் பாக்கவே பிடிக்கல இல்லியா" என்றார். அவன் கசப்பான சிரிப்பொன்றைச் சிரித்தான்.

பெண் பார்த்து அப்படியே நிச்சயம் செய்ய தேதி குறித்தாகி விட்டது. ஒரு பவுனில் சங்கிலியும் மோதிரமும் எடுத்து வர அப்பாவும் அம்மாவும் கிளம்பிவிட்டார்கள். அவர்களைப் பொறுத்தவரை எல்லாமே சுமுகமாக முடிந்துவிட்டது. ஆனால் தனக்காக மஞ்சுவைக் கேட்டிருந்தாலும் அவள் வீட்டில் சம்மதித்திருப்பார்கள் என்று நினைக்கும்போது அவன் இதயம் பிய்க்கப்பட்ட மாதிரி வலித்தது. முட்டாள் தனமான இரண்டு வருடம் தனக்கு ஏன் அது தோன்றவில்லை. தற்கொலை செய்து கொள்வதாகத் தான் மிரட்டி இருந்தாலும் இது நடந்திருக்கும். பெரியவன்தான் கொஞ்சம் மந்தம் அப்பாவின் குரல் துல்லியமாய்க் காதில் ஒலித்தது. அவன் விருட்டென்று எழுந்து உணவு மேசையின் மீது நின்றான். சுருக்கை மாட்டிக்கொள்ள ஒரு அடி உயரம் வேண்டும். எகிறிக் குதித்து இரண்டு கையாலும் உத்தரத்தைப் பிடித்துக் கொண்டான். ஒரு கையைப் பற்றிக்கொண்டு இன்னொரு கையால் சுருக்கை எடுத்துக் கழுத்தில் மாட்டினான். அப்போது அவன் மனதில் எந்த யோசனையுமே எழவில்லை. ஏதோ துணி உலர்த்த கயிறு கட்டுவதைப் போல வேலை செய்தான். துணி கழுத்தைச் சுற்றிப் படிந்துகொண்டதும் மேலே இருந்த கையை விடுவித்தான். அவனுடைய எடையை இழுத்துக் கொண்டு உடல் கீழே இறங்கியது. நிகழ்வின் விபரீதத்தை இப்போதுதான் உணர்ந்தவனாய்க் கைகளிரண்டையும் மேலே தூக்கினான். உத்திரம் கைகளுக்கு அப்பால் இருந்தது. கைகள் துணியைப் பிடித்துக்கொள்ள வேண்டி தவித்தன. ஆனால் ஒரு விநாடியில் தொய்ந்து கீழே வந்துவிட்டது. குரல் வளையில் க்ளக்கென்று சத்தம் கேட்டது. கால்கள் படபட வென்று அடித்துக்கொண்டன. மேசைக்கும் காலுக்கும் ஒரு சில சென்டிமீட்டர்கள்தான் இருந்தன. பெருவிரல் இரண்டும் மேசை தட்டுப்பட வேண்டி துடிதுடித்தது. ஆனால் அதற்கு மேல் கால்கள் இறங்கி வரவேயில்லை. உதறிய கால்கள் பட்டு மதுப்புட்டி எகிறி விழுந்து மூர்க்கமான நெடி அறையில் வெடித்துச் சிதறியது. கடைசியாக அவன் முகத்தில் பார்ப்பவர் களைக் குலை நடுங்க வைக்கும் மரண பீதி உறைந்திருந்தது.

தாரணி, **இதழ் 1**

*

பூமியெங்கும் பூரணியின் நிழல்

தலையில் புத்தம் புதிய முல்லை சுற்றி குளிர்மையை உருவகித்துக்கொண்டிருக்க வெயிலின் காட்டம் பெருகுவதற்கு முன்பிருந்தே அவள் அங்கு நின்றிருந்தாள். சாலையில் காலை நேரப் பரபரப்பான சலனங்கள். சிலர் இவளைக் கேள்வி யோடு திரும்பித் திரும்பிப் பார்ப்பது போல இருந்தாலும் அது வெறும் மனப் பதிவுதான். ஏனென்றால் அங்கே பஸ்சுக்காக ஐம்பதிற்கும் மேற்பட்டோர் நின்றுகொண்டிருந்தனர். நகத்தைக் கடிப்பதற்காக முயற்சித்தாள். ஆனால் நகம் முழுவதும் ஏற்கனவே சதை வரை கடித்துக் குதறப் பட்டிருந்தது. சாலைக்கு எதிர்ப் பக்கத்திலிருந்த சந்துக்குள் இருந்து அவன் வருவது தூரத்தில் தெரிந்ததும் வெயில் இப்போது வைரமாய் ஜொலித்தது. அவன் அருகில் வரும்வரை நிலை கொள்ளாமல் தவித்தாள். அதற்குள் ஒரு பஸ் வந்து சாலையை மறைக்கப் பதற்றம் இன்னும் அதிகமானது. இரு சக்கர வாகனங்கள் ஏராள மாய்த் தேங்கிக்கொண்டிருந்த சாலையைக் கடந்து விடலாமா என்று பார்த்தாள். அதற்குள் பஸ்ஸைச் சுற்றிக்கொண்டு அவன் வருவதற்கும் பஸ் கிளம்பு வதற்கும் சரியாய் இருந்தது. அவன் வழக்கம் போலவே இருந்தது அவளுக்கு ஆறுதலாயும் எரிச்சலாயும் இருந்தது. இந்தக் கலவையான உணர்வுகளைப் புதைத்துக்கொள்ள முயன்று கொண்டிருக்கும்போதே சாப்டியா என்றான்.

அவள் எதுவும் பேசவில்லை. விடாமல் அவள் அருகில் வந்து குனிந்து ம் ம் என்றவனை ப்ச் என்று எரிச்சலாய்ப் பார்த்தாள். நிறைய காலி சீட்களோடு வந்து நின்ற பஸ்ஸைப் பார்த்து வா என்று அவளிடம் சைகை காட்டிவிட்டு ஓடிப் போய்ப் படியில் தொற்றினான். அவள் கிடுகிடுவென நடந்து பஸ் ஏறி சுற்றும் முற்றும் பார்த்துவிட்டு அவனைத் தேடினாள். அவன் பஸ்ஸின் நடுவில் ஒரு சீட்டில் இருந்துகொண்டு கை காட்டினான். ஒயிலாகப் போய் அவன் அருகில் உட்கார்ந்து "இது எங்க போற பஸ்?" என்றாள். அவன் "திருச்சி போறது. போலாமா?" என்றான். "வேணாம் நாமக்கல்லுக்கு டிக்கெட் எடு." டிக்கெட் எடுக்கும் வரை அவள் எதுவும் பேசவில்லை. டிவி திரையில் ஏதோ காமெடி ஓடிக்கொண்டிருந்தது. அவள் முன்புற சீட் கம்பியைப் பிடித்துக்கொண்டு தலையைக் கவிழ்த்துக்கொண்டாள். அவன் காமெடியில் ஒன்றிக்கொண் டான். ஐந்து நிமிடத்திற்குள் அவள் அழுவதை அவன் கண்டு கொள்வான் என்றிருந்தாள். ஆனால் அவன் தொடர்ந்து சிரித்துக்கொண்டிருந்தான். எனவே அவள் தன் அழுகையின் குரலை லேசாக எழுப்பினாள். இனி அவன் தெரியாத மாதிரி இருக்க முடியாது. அவள் தோளைப் பற்றி மெதுவாக அழுத்தினான். டேய் இது பஸ் ப்ளீஸ். அவள் குரலை அடக்கிக் கொண்டாள். தோள் குலுங்கிக்கொண்டிருந்தது. அவன் தொடர்ந்து காமெடியிலேயே ஆழ்ந்திருந்தான். திடீரென அவள் அழுகுரல் வெடித்துக்கொண்டு கிளம்பியது. பஸ்ஸி லிருந்து ஒவ்வொரு தலையாக அவர்களைத் திரும்பிப் பார்த்தது. தோளை அழுத்தியிருந்த அவன் கைகள் வெளிப்படையாக நடுங்கியது. "பூரணி ப்ளீஸ்" என்றான். பத்து நிமிடம் அவள் தலை நிமிராமல் அமைதியாய் இருந்தாள். கிட்டத்தட்டத் தூங்கி இருக்கலாம். மீண்டும் அவள் தோள்கள் குலுங்கியது. அழுகையின் சத்தம் மெல்லக் கிளம்பியபோது சத்திரத்தில் பஸ் நின்றது. அவன் சட்டென்று எழுந்து அவள் கையைப் பற்றி இழுத்துக்கொண்டு கீழே இறங்கினான்.

அழுத்தமாய் கண்களைத் துடைத்துக்கொண்டு மிகக் கண்டிப்பாக இயல்பு நிலையை வருவித்துக்கொண்டு "ஏன் வண்டிய எடுத்துகிட்டு வரல" என்றாள். அவன் சலிப்பாய் "அண்ணன் எடுத்துகிட்டுப் போயிட்டார்" என்றுவிட்டு ரோட்டைப் பார்த்தான். ஏதோ பொறியில் சிக்கிக்கொண் டவனைப் போல இருந்தான். "என்னால உனக்குத் தொல்ல" என்றாள். தலைவலி மாதிரி தலையைப் பிடித்துவிட்டுக் கொண்டே "ஏம் பூரணி இப்பிடிப் பேசற" என்றான். "நாமக்கல் போலாமா?" என்றாள். "எங்க போறது பஸ்ஸில ஏறினா

நீ அழுவ ஆரம்பிச்சிடற. எல்லோரும் என்ன எப்பிடிப் பாக்கறாங்க தெரியுமா? எனக்கு அப்பிடியே செத்துடலாம் போல இருக்குது.” அவன் உச்சரிப்பில் கசப்பின் நெடி. அவள் அந்த நெடியில் ஒரு கணம் உறைந்து “நாம ரெண்டு பேருமே செத்துப் போயிடலாமா” என்றாள். அவன் அவளையே உற்றுப் பார்த்தான். “நீ அழாம வரதா இருந்தா சொல்லு நாம நாமக்கல் போலாம். நீ அழுதியினா நாம் பாட்டுக்கு அடுத்த ஸ்டாப்ல இறங்கிப் போயிட்டே இருப்பேன்.” அவளுக்கு மீண்டும் கண்கள் கலங்கியது. “இல்லைன்னா என்ன கொன்னு போட்டுரு” என்றபோது ஒரு துளிக் கண்ணீர் அவள் புடவை மடிப்புகளில் படாமல் வெயில் தரையில் பாய்ந்தது. அவன் எரிச்சலின் ஆரம்பக் கட்டத்தை அடைந்தான். “இப்ப நீ வறியா நா இப்படியே சேலம் பஸ் ஏறட்டா?” நாமக்கல் பஸ் தூரத்தே வந்தது. அவள் எதுவும் பேசாமல் பஸ்ஸைக் கைகாட்டினாள்.

அவனுக்கு அவளைக் கல்யாணம் செய்துகொள்வதில் விருப்பமில்லை. அவளைக் கல்யாணம் செய்துகொள்ள வேண்டும் என்றுதான் நினைத்திருந்தான். இந்த விருப்ப மின்மை எப்போது தோன்றியது என்று தெரியவில்லை. அவளுக்கு நல்ல இடத்தில் வரன் அமைந்துவிடும்போல இருந்தது. இவன் வீட்டில் இவளைக் கல்யாணம் செய்து கொண்டால் அப்பாவின் காசில் ஒரு பைசாகூடத் தேறாது. அப்பாக் காசு தனக்குக் கிடைக்காது என்பது அவளை அனுபவித்தபின்தான் அவன் புத்தியில் வந்தது. அவன் மட்டுமல்ல அவளும்தான் அவனை அனுபவித்துவிட்டாள். இந்த விலக்கம் முதலில் அவளிடம் இருந்துகூடத் தோன்றி இருக்கலாம். அவள் இவன் கைவிட்டுக் கையறு நிலையில் நிற்பதில்தான் சந்தோசம் அடைபவளைப் போன்ற தோற்றத்தில் இருந்தாள். அல்லது அவனைக் காதலிக்கும்போதே இவன் நிச்சயம் தன்னைக் கை விட்டுவிடுவான் என்ற சிந்தனை வடுவின் மீதுதான் தன்னுடைய காதலைத் தளிர்க்கச் செய்திருந் தாள். அதில் விளைந்த கனியின் புளிப்புச் சுவையை இப்போது இருவரும் முகத்தைச் சுழித்தபடி சுவைத்துக்கொண்டிருக் கிறார்கள். இதைப் போன்று கண்டுபிடிக்க முடியாத நிச்சயிக்க முடியாத காரணமென்று சொல்ல முடியாத காரணங்கள் இருவரையும் தடுமாறச் செய்துகொண்டிருந்தன. அளவுக்கு மீறினால் ஒரு வேளை அவன் கல்யாண முடிவுக்கு வந்து விடக்கூடும் என்பதால் அளவாகவே அழுதாள். ஆனால் அவளின் அழுகை அவனைப் பயங்கரமாய் அசைத்துக் கொண்டிருந்தது. அற்ப சொத்தை மனதில் வைத்துக்கொண்டு

ஒரு பெண்ணைக் கைவிடுவதன் குரூரத்தை இப்போது அவன் சிந்திக்க ஆரம்பித்திருந்தான் என்றாலும் அவளின் நாடகத் தனத்தையும் அவன் உள்ளூரப் பின்பற்றிக்கொண்டிருந்தான். அவள் முழுமையான நிஜத் தன்மையை எட்டிவிடும்போது அவனை அறியாமலேயே அவள் தோள்களைப் பற்றிக்கொண்டு கவலைப்படாதே என்றுவிடுவான். அந்த நிலையை நோக்கி மெல்ல மெல்ல அவன் மனம் உருண்டு கொண்டிருந்தது. அவன் மன அசைவை அழுகையின் ஊடே துல்லியமாகக் கணக்கிட்டுக்கொண்டு இனி ஒரு நிமிடம் தாமதித்தாலும் தான் இவனைத்தான் கல்யாணம் செய்து கொள்ள நேரும் என்ற இடம் வந்தபின் அவள் இரக்கத்தை எதிர்பார்க்கும் பாவனையைக் கைவிட்டு வெறிகொண்டவன மிருகமாய்ப் பார்த்தாள். இந்தப் பார்வையில் அவனின் இணக்கமான மனநிலை வெடித்து எதிர்ப்பு நிலை கொதித்துக் கிளம்பியது. அவள் நினைத்த திசையில் சரியாக வாழ்க்கையைத் திருப்பிவிட்டாள். பஸ்ஸில் இருந்தவர்கள் இந்த நிஜ நாடகத்தைத் திரும்பிப் பார்க்காமல் பிடரியின் கண்கள் வழியே ஆழ்ந்து கவனித்துக்கொண்டிருந்தனர். பிரம்மாண்டமான ஒற்றைக் கல்லில் நளினமாகக் கோட்டைச் சுவரின் ஒற்றை நெளி கருங்கல் அலை போலத் தெரிந்தது. நாமக்கல் வந்துவிட்டது. இரண்டு பேரும் இறங்கி வேறுவேறு திசையைப் பார்த்துக்கொண்டு நின்றனர். மலைக்கோட்டைக் கல் வெப்பத்தைக் கக்கிக்கொண்டிருந்தது. சேலத்துக்குக் கிளம்பிக் கொண்டிருந்த பஸ்ஸைக் குறி பார்த்து அவள் நின்றாள். அவன் சினிமா பட போஸ்டர்களை ஒவ்வொன்றாய் மேய்ந்து கொண்டிருந்தான். சட்டென அவன் சட்டையைப் பிடித்து ஆவேசமாய்த் திருப்பித் தேவிடியாப் பையா என்று கத்தினாள். அங்கிருந்த கூட்டத்துக்கு என்ன ஏதென்று புரியுமுன் ஓடிப் போய் சேலம் பஸ்ஸில் ஏறிக்கொண்டாள். கடுமையான அதிர்ச்சியில் முகம் சிதைந்துவிட்டதைப் போலக் கோணிக் கொண்டது என்றாலும் அத்தோடு அவள் போனது குறித்து நிம்மதியடைந்தவனாய் ஆசுவாசத்தில் விழ ஆரம்பித்தான். ஒரு சிலர் அவனை நெருங்கி வந்து என்ன விசயம் என்று விசாரிக்க நினைத்தபோது அவன் ராசிபுரம் டவுன் பஸ்ஸில் ஏறிக்கொண்டான்.

அந்த வார்த்தை அவனுக்குள் வன்மத்தின் பெரும்புயலை மௌனமாகச் சுழற்றிக்கொண்டிருந்தது. மேற்கொண்டு அவனாக எதுவும் செய்யவில்லை. காலத்தைத் தன் கட்சிக்காக உருவகித்துக் கொண்டிருந்தான். காலம் சில காட்சிகளைத் தன் கண்களுக்குக் காட்டும் என்று நம்பியிருந்தான். அவள் அவனைப் பார்க்கும்

போது துரோகி என்று சொல்வதைப் போலப் பார்த்தாலும் இவனைத் தவறவிட்டுவிட்டோமே என்ற எண்ணத்தை ஆழமாக மறைத்துப் பார்ப்பாள். அவள் கணவன் அவளுக்கு ஏற்றவனாக இல்லாமல் இருப்பான். அவள் குற்றவுணர்வின் கழு மரத்தில் துடித்துக்கொண்டிருப்பாள். அப்படித் துடிக்கும் போதெல்லாம் தன்னை நினைத்துக்கொள்வாள். நாம் திருமணம் செய்துகொள்ள முடியாது என்று சொல்லியது அவனாயிருந்தாலும் குற்றவாளி அவள்தான் என்று மனப் பூர்வமாக நம்பினான். மேலும் அந்தச் சமயத்தில் அவள் போதுமான அறிவில்லாததால் குற்றவாளியின் நிலைப்பாட்டை அடைந்தாள். வாழ்க்கை இப்போது அவளுக்குத் தேவையான அறிவைக் கொடுத்திருக்கும். எனவே தன்னைக் குற்றம் சுமத்தியதின் தவறை உணர்ந்திருப்பாள். இந்த ரீதியில் அவன் எண்ணிலடங்காச் சித்திரங்களை மனதுக்குள் குவித்து வைத்திருந்தான். இந்தச் சித்திரங்கள் இடைவிடாமல் மாறி மாறித் தோன்றி அவனை எல்லையில்லாத ஆளுமையாளனாக அலங்கரிக்கத் தேவையான மின் சக்தியை வழங்கிக்கொண் டிருந்தன. நாளாவட்டத்தில் குற்றத்தின் பெரும் பகுதியை அல்லது முழுவதையும் அவளை நோக்கித் தள்ளிவிட்டிருந்தான். அவன் கண்கள் கருந்துளை போல அளவற்ற ஈர்ப்புடனிருந்தது.

ஆனால் உண்மை முற்றிலும் எதிர் திசையில் மிகவும் சாவகாசமாக நடந்து செல்வதைப் பார்த்தபோது அவன் ஒரு பள்ளிக்கூட மாணவனைப் போலச் சுருங்கிப் போனான். கடைவீதியில் அவளும் அவள் கணவனும் எதிர்ப்பட்டபோது இவன்தான் வெளிறிப்போய் நின்றான். அவள் விடலைப் பருவ விளையாட்டாக அந்த உடலுறவையும் நினைத்துக் கொண்டவளாக ஹாய் என்றாள். பின் ஏதோ ஒரு விசயத்தை மிகத் தீவிரமாக விவாதித்தவர்களாகக் கணவனும் மனைவியும் கடையை விட்டு வெளியேறினார்கள். அவன் அந்தக் காட்சி யிலேயே உறைந்துபோய் வெகுநேரம் வரை நின்றிருந்தான். இத்தனை நாளும் தான்தான் அவளை ஏமாற்றிவிட்டதாகவும் ஆனால் அவள் ஏமாற்றிவிட்டதாக ஒரு குற்றவுணர்வை அவள்மீது வெற்றிகரமாகக் கற்பித்துவிட்டதாக நம்பியிருந்த தன்னுடைய அப்பாவித் தனத்தை இப்போதுதான் அவன் புரிந்துகொண்டான். அவள் உண்மையிலேயே தன்னை ஏமாற்றிவிட்டாள் என்கிற எண்ணம் அவனின் போலி வேதனைகளையெல்லாம் அடித்துத் தள்ளிக்கொண்டு நுங்கும் நுரையுமாகச் சுழித்துக்கொண்டு வந்தது. சே எதற்காக இப்படி யெல்லாம் நடந்தது. ஒருவேளை தான் அவளைக் கல்யாணம் செய்துகொள்ள எந்தத் தடையுமில்லை என்று நின்றிருந்தால்

அவள் தன்னுடைய கேவலமான மனநிலையை மறைக்க ஒரு வழியுமின்றி வெளுத்திருப்பாள். ஆமாம் அப்படித்தான் செய்திருக்க வேண்டும். அவள் நடிக்கிறாள் என்று உள்ளூர உணர்ந்துகொண்டும்கூடத் தன் மீது பழியை ஏற்றுக்கொண்டு அவளை உத்தமியாகத் தப்பித்துச் செல்ல விட்டிருக்கக் கூடாது. ஏன் இதெல்லாம் நடந்தது. மீறக் கூடிய தன்னுடைய காரணங் களை மீறி அவளைக் கல்யாணம் செய்துகொண்டிருந்தால் ஒருவேளை அவளுக்குள் இந்தக் கேவலம் உருவாகாமல்கூட இருந்திருக்கலாம். உலகம் இன்னும் அழகானதாக இருந்திருக்கும்.

கல்யாணமே வேண்டாம் என்று சொல்லிக்கொண் டிருந்தவன் வீட்டிலிருந்தவர்களின் தொடர்ந்த வற்புறுத் தலுக்குப் பின் வேலைக்குப் போகும் பெண் வேண்டாம் என்று கண்டிப்பாக மறுத்துவிட்டான். அவன் அம்மாவின் ஆலோசனைப்படி இதுவரை சேகரித்து வைக்கப்பட்டிருந்த வேலைக்குப் போகும் பெண்களின் பத்துக்கு மேற்பட்ட ஜாதகங்கள் தூக்கி எறியப்பட்டன. வேலைக்குப் போகாத ஒரு ஜாதகத்தைத் தயார் செய்துகொண்டு அந்த வாரமே பெண் பார்க்கப் போனார்கள். அவள் அடக்க ஒடுக்கத்தின் மொத்த வடிவமாகச் சேலையைச் சுற்றிக்கொண்டு நின்றாள். “இந்தப் பெண்ணைக் கேனையன்கூட வேணாம்னு சொல்ல மாட்டான்” என்று தரகர் அப்பாவின் காதில் குனிந்து ரகசியமாகச் சொன்னார். அவன் அவளைக் கூர்ந்து பார்த்தான். அவன் கண்களுக்கு அவளிடம் ஏதோ ஒன்று பூரணியின் சாயலில் இருந்தது. மெதுவாக அம்மாவிடம் திரும்பி “எனக்கு வாந்தி வர்ற மாதிரி இருக்குது” என்றான். அப்போது அவன் அம்மாகூட ஏதோ ஒரு விதத்தில் பூரணியைப் போலத் தெரிந்தாள்.

மலைகள்.காம், ***ஜனவரி18, 2012***

*

நெருஞ்சி வெளி

பாடப் புத்தகங்கள் ஒரு பக்கம் விரிந்து கிடந்தன. குண்டு பல்ப் எரிந்துகொண்டிருந்தது. டிவியில் பாடல் ஓடிக்கொண்டிருந்தது. ரேவதி கவிழ்ந்து படுத்துத் தூங்கிக்கொண்டிருந்தாள். கதவு ஒரு நிமிடத்துக்கு மேலாக அதிர்ந்துகொண்டிருந்தது.

"இந்தாடீ . . . ஏண்டி . . . ரேவதி . . . சனியனே . . . ஏய் . . . எருமமாடே." வெளியே பாவாயி இன்னும் என்னென்னவோ சொல்லிக் கதவைத் தட்டிக் கொண்டே இருந்தாள். கை வலித்தது . . . பக்கத்து வீடுகளில் இருந்து எட்டிப் பார்க்க ஆரம்பித்து விட்டனர்.

பாவாயிக்கு ஆத்திரம் கிளம்பியது. ஜன்னலைக் குத்தினாள். ஜன்னல் வெடுக்கென உள்ளே திறந்து கொண்டது. சுவரருகே கிடந்த நீண்ட கழியை எடுத்து ஜன்னலுக்குள் விட்டு ரேவதியைக் குத்தினாள். கழி அவள் தோள் அருகே குத்தியது. அவள் பிதுக்கென விழித்துக்கொண்டு அலறினாள். "இந்தாடீ நாயே, எந்திரிச்சி கதவைத் தொற அப்புறம் ஊளையிடுவ." ரேவதி திடீரென ஓடி வந்து கதவைத் தாழ் நீக்கிவிட்டு அம்மாவை அச்சத்தோடு வெறித்துப் பார்த்தாள்.

பாவாயி அவள் கன்னத்தில் ஓங்கி இடித்தாள்.

"பொணம் மாதிரி என்னாடி தூக்கம் முண்ட." கதவைப் படாரென்று அறைந்து சாத்தினாள்.

"உங்கொப்பன் வந்துட்டாரா?"

"இன்னும் இல்ல."

"சோத்த ஆக்கினியா?"

"உம்."

"தின்னுட்டியா?"

"இன்னும் இல்ல."

"திங்க வேண்டீதுதானே?"

ரேவதி திகைப்பும் பயமுமாய் அம்மாவைப் பார்த்தாள். "எதுக் கேட்டாலும் எருமமாடு மாதிரி முளி." உஸ் ஆயா ஆயா. பாயில் உட்கார்ந்து அப்படியே சாய்ந்தாள். "அம்மாடி மொளங்காலு வலி உயிர்போவுதே" என்றபடி அழுதாள். மூக்கை உறிஞ்சிக்கொண்டு "இந்தாடீ ரேவதி அந்த எண்ணெயக் கொண்டாந்து கால்ல தேயிம்மா" என்றாள்.

ரேவதி பாட்டிலில் வைத்திருந்த கால் வலி எண்ணெயைத் தூக்கிக்கொண்டு ஓடிவந்து அம்மாவின் அருகே உட்கார்ந்தாள். புடவையை முழங்கால்வரை தூக்கி வைத்துவிட்டு எண்ணெயைக் கையில் ஊற்றி முழங்காலில் விட்டுத் தேய்த்து நீவினாள். "ஐயோ அம்மா மெதுவாத் தேயிடி முண்ட" என்று பற்களை இறுக்கிக் கடித்துக்கொண்டாள்.

கதவு வேட்டு வெடித்த மாதிரி திறந்தது. இருவரின் உடலும் அவர்களை அறியாமல் தூக்கிப்போட்டது. இந்தா பேதீல போறதே கதவ மொல்ல தொறக்க என்ன கேடு.

வரதன் தள்ளாடிக்கொண்டு உள்ளே வந்தான். ஒரு அருவருக்கத் தக்க நாற்றம் வீட்டுக்குள் நிறைய ஆரம்பித்தது. ரேவதி குமட்டலெடுப்பதைப் போலச் செய்தாள். வந்தவன் தள்ளாடியபடியே நடுவீட்டில் உட்கார்ந்துவிட்டான். கண்கள் மிதந்தபடி இவர்களைப் பார்த்தன. இவர்களைப் பார்த்தபடியே கைகளை இடுப்பு வேட்டியில் விட்டு ஒரு பீடியை எடுத்துப் பற்றவைத்துக்கொண்டான். பாவாயி திரும்பிப் படுத்துக் கொண்டாள். வரதன் ரேவதியைப் பார்த்தான். "கண்ணூ சோத்தப் போட்டூட்டு வா" என்று சொல்லிவிட்டு மசையன் மாதிரி சிரித்தான்.

ரேவதி எழுந்து தட்டைக் கழுவினாள். அவள் முகம் வாட்டிய ஈரல் மாதிரி கறுத்து இறுகியிருந்தது. சோற்றைப் போட்டுக் குழம்பை ஊற்றினாள். எடுத்துக்கொண்டு போய் அப்பனருகே வைத்தாள். அவன் மீண்டும் சிரித்தான். "கண்ணு என்ன கொழம்பு?"

“பீக்கங்கா.”

“பீக்கங்காவா உம்?” கேட்டுவிட்டு அவன் திரும்பவும் சிரித்தான். அவன் கை சோற்றில் விழுந்து புரண்டது. அவன் மீது பிணம் சுடுவது மாதிரி புகை நாற்றமடித்தது. ரேவதி மீண்டும் குமட்டலாய் உணர்ந்தாள்.

“இந்தாடி இங்க வந்து ஒண்ணக் காலு நீவி உடத்தான சொன்னேன்.”

“போ தேச்சிவுடு. பாவம் இன்னிக்கி வேல சாஸ்தியாட்ட மிருக்குது” என்றுவிட்டு எகத்தாளமாய் சிரித்தான்.

பாவாயி குபீரென எழுந்து உட்கார்ந்தாள். “சீ நாயி நீயெல்லாம் ஒரு மனுசனாட்டம் வெளக்கமாத்த எடுத்தனா சிரிச்சிப் போயிடுவ.”

வரதன் அறைக்குள் தன்னைச் சுற்றிலும் சோற்றுப் பருக்கைகளைச் சிந்தியிருந்தான். பாவாயின் பேச்சைக் கேட்டதும் நாக்கைத் துருத்தியபடி வட்டிலைச் சுழற்றி வீசினான். அவன் தள்ளாடி எழுந்தபோது தண்ணீர்ச்செம்பு எகிறி விழுந்தது. ரேவதி ஐயோ எனக் கத்திக்கொண்டு புத்தகங்களையும் நோட்டையும் வாரி எடுத்தாள். ஆனால் அதற்குள் அதில் சோறும் தண்ணீரும் குழம்பும் அப்பிக் கொண்டுவிட்டது.

பாவாயின் தலைமுடியில் கொஞ்சம் சோறும் குழம்பும் சிந்திச் சொட்டியது. அவள் வெறிபிடித்தவள் மாதிரி கைகளைப் பின்னால் ஊன்றிக்கொண்டு எழ முயன்றாள். அனால் அதற்குள் அவளருகில் வந்துவிட்ட வரதன் அவள் தொடையிலும் வயிற்றிலும் மாறி மாறி மிதித்தான். அவள் ‘ஐயோ’ ‘ஐயோ’ என்று அடிவயிற்றிலிருந்து நீட்டி முழக்கிக் கத்தினாள்.

அவள் குடியைப் பற்றியே எந்நேரமும் சிந்தித்தாள். அதை என்னவென்று அவளால் விளங்கிக்கொள்ள இயலவில்லை. உலகம் முழுவதும் அப்படித்தான் என்றும் உலகம் ஏன் அப்படியிருக்கிறதென்றும் மூளையைக் குடைந்து கொண்டே இருந்தாள். அவள் அப்போது பத்தாவது படித்துக் கொண்டிருந்தாள்.

வீட்டுக்கு வரும் வழியில் இருக்கும் இரண்டு மதுக்கடைகளைப் பதற்றத்தோடு ஓரக்கண்ணால் கவனித்தபடி அவள் அந்த இடத்தைக் கடப்பாள்.

பள்ளியிலிருந்து நின்றவுடனேயே அவளைத் தேடிக் கொண்டு வரன்கள் வர ஆரம்பித்தன. முதலாவதாய் வந்தவன்

முகத்திலேயே குடிகாரன் என்று எழுதி ஒட்டியிருந்தது. அவள் ஒரேயடியாய் அவனை வேண்டாமென்றுவிட்டாள்.

இரண்டாவதாய் வந்த வெங்கடேஷ் பூனைக்குட்டி மாதிரி இருந்தான். அவனைப் பார்த்தால் குடிப்பவன் மாதிரி தெரியவில்லை. ரேவதி அவனை முழுவதுமாய் நம்பவில்லை யென்றாலும் சாதுமாதிரி தோன்றிய அவன் முகக் களையே அவளுக்குப் பெரும் நிம்மதியாய் இருந்தது.

கூத்தப்பள்ளியில் அவன் கோழிக்கறிக் கடை வைத்திருந் தான். அவர்களுக்குக் கல்யாணம் நிச்சயமானது. கல்யாணத் திற்கு முதல் நாள் இரவே மாப்பிள்ளையைப் பற்றி ஓரளவு புரிந்துகொள்ள முடிந்தது. அவன் தன் நண்பர்கள் அனை வருக்கும் ரகசிய மது விருந்து ஏற்பாடு செய்திருந்தான். வரதன் தன்னுடைய முக்கியமான கூட்டாளிகள் சிலருக்கு மது ஏற்பாடு செய்திருந்தான். அன்றிரவும் ரேவதியின் முகம் சுட்ட ஈரல் மாதிரி கறுத்துவிட்டது.

வெங்கடேஷ் தினமும் இரவு பதினொரு மணிக்குக் கோழிக்கறிக் கடையை எடுத்துவைத்துவிட்டு வருவான். கதவை ஒருமுறை ரகசியமாகத் தட்டுவான். ரேவதி ஓடிப் போய்க் கதவைத் திறந்ததும் பூனைக்குட்டி மாதிரி கிடுகிடு வென உள்ளே வருவான். பாத்ரூமில் புகுந்துகொண்டு வெகுநேரம் ஒண்ணுக்குப் போவான். கையைக் கழுவிக் கொண்டு வந்து உட்காருவான். தலை கவிழ்ந்திருக்கும். அப்பனும் அம்மாளும் தூங்கியிருப்பார்கள். விழித்துக்கொண் டிருந்தாலும் அவர்கள் இவனையோ இவன் அவர்களையோ சட்டை செய்யமாட்டார்கள். ரேவதி சோற்றைப் போட்டுக் கொண்டு போய் அருகில் வைப்பாள். அவன் மீது அந்தச் சகிக்க முடியாத புளித்த வாடை வீசும். சோற்றைத் தின்னும் போது அவன் மீது அதீதமாக வியர்க்கும். ஒரு வார்த்தைகூடப் பேசமாட்டான். அவ்வப்போது கண்களை மசக்கி மசக்கி இவளைப் பார்த்தபடி வெகுநேரம்வரை தின்றுகொண்டிருப் பான். இவள் ஏதாவது சொன்னாலும் அரைக்கண்ணால் தூக்கத்தில் பார்ப்பவன் மாதிரி இவளையே பார்ப்பான். இவளுக்குத் தலையில் அடித்துக்கொள்ளலாம் போல இருக்கும். அப்படியே உட்கார்ந்தபடி தூங்கி விழ ஆரம்பிப்பாள். அரை மணி ஆனாலும் அவன் தட்டில் சோறு அப்படியே இருக்கும். இவள் பார்க்கிறவரை பார்த்துவிட்டு உள்ளே போய்க் கட்டிலில் படுத்துவிடுவாள். அவள் தூங்கியபின் உள்ளே வந்து கதவைச் சாத்துவான். கட்டிலில் உட்கார்ந்துகொண்டு 'இந்தாடீ நா யாரு தெரீமா? எனக்கு எங்கெங்க ஆளுங்க

இருக்காங்க தெரீமா? நா நெனச்சா என்னென்ன பண்ணுவேன் தெரியுமா?' என்கிற ரீதியில் பேசிக்கொண்டே இருப்பான். பிறகு அவள் மேல் விழுந்து அவள் மார்பை நறநறவெனக் கடித்தபடி உறவுக்குத் தயாராவான். அவள் துள்ளித்துள்ளி விழுந்து வலியிலும் அந்தக் குமட்ட வைக்கும் நாற்றத்திலும் மூச்சுத் திணறிப்போவாள்.

பல மாதங்களாகக் குழந்தை உருவாவதை அவள் சாமர்த்தியமாகத் தவிர்த்துக்கொண்டுவந்தாள். குழந்தைகளைப் பற்றி அவள் மனதில் எந்தக் கனவுகளும் இல்லை. குழந்தைகள் வளர்ந்து மனிதர்கள் ஆகிவிடுவார்கள் என்று நினைக்கும்போது அவளுக்கு அச்சமாய் இருந்தது.

எவ்வளவு எச்சரிக்கையாய் இருந்தும் அந்த மாதத்தில் அவளுக்கு மாதவிலக்குத் தள்ளிப்போனது, அவள் முதலில் பயந்தாலும் தன்னை மீறிக்கொண்டு எதுவும் நடந்துவிடாது என அலட்சியமாய் இருந்தாள். ஆனால் பத்து நாள் கடந்தும் அவள் வீட்டு விலக்காகவில்லை. அவள் வயிற்றில் குழந்தை தரித்துவிட்டது. குழந்தை பெறுவதை அவளால் சகிக்க முடிய வில்லை. அது பெண்ணாய் இருந்தால் தன்னைப் போலவும் அம்மாவைப் போலவும் ஒரு குடிகாரன் கையில் சிக்கிக் கொள்ள வேண்டும். ஆணாய் இருந்தால் அவன் ஏதாவது ஒரு வயதில் குடிக்கக் கற்றுக்கொண்டுவிடுவான். தன்னுடைய அப்பனைப் போலத் தன் கணவனைப் போல தன் மகனும்.

அவள் ஒருமுறை கொஞ்சம் பணத்தை ஏற்பாடு செய்து கொண்டு டாக்டரைப் பார்க்கப்போனாள். டாக்டர் அவளைச் செக்கப் செய்துவிட்டு, “வாழ்த்துகள். கன்சிவ் ஆயிருக்கீங்க” என்றார். இவள் “அதைக் கலைத்துவிடுங்கள்” என்றாள். டாக்டர் புன்னகைத்துத் தோளைத் தட்டி “குழந்தையைத் தள்ளிப்போடறதா இருந்தா முதல்லயே டாக்டரைக் கன்சல்ட் பண்ணி, கரு உருவாகாமாப் பாத்துக்கணும். உண்டான பின்னால கலைக்கிறது சரியில்ல. குழந்தையையும் வளர்த்து கிட்டே லைப்ப என்ஜாய் பண்ணப் பழகிக்க வேண்டியது தான். ஏன் சொல்றேன்னா மொத மொதல்ல உண்டான கருவக் கலைச்சிட்டு எத்தனை பேருக்குத் திரும்பவும் கருத்தரிக்க முடியாம போயிருக்குத் தெரியுமா?” என்றார்.

“பரவாயில்ல டாக்டர். கலைச்சிக்கறேன்.”

டாக்டர் இவளை ஒரு மனநோயாளியென முடிவுசெய்து கொண்டார். “போம்மா உன் இஷ்டத்துக்குக் கலைக்க முடியாது, போய் உன் வீட்டுக்காரரக் கூட்டிக்கிட்டு வா.”

அவளுக்கு வாந்தியும் ஒக்களிப்பும் கடைசிமாதம் வரை நிற்கவில்லை. வாயில் போட்டதையெல்லாம் வாந்தியெடுத்தாள். உணவு ஒரு விநாடிகூட அவள் வயிற்றில் தங்கவில்லை. பசியும் வலியும் எரிச்சலும் குமட்டலுமாக நாட்கள் மிக மெதுவாக விநாடி விநாடியாக நகர்ந்தன. ரேவதி இந்தக் குழந்தையைப் பெற்றுப் பிழைப்போம் எனத் துளிகூட நம்பவில்லை. அவ்வளவுதான் கதை முடியப்போகிறது. பெற்று எறிந்துவிட்டு அக்கடாவெனக் கண்ணை மூடிவிடலாம். அவள் நிம்மதியடைந்தாள்.

மாமியார் சதா அவளைத் திட்டிக்கொண்டே இருந்தாள். "ஊருல ஒலகத்துல எல்லோருக்கும்தான் புள்ள பொறக்குது. இந்த மாதிரி ஒரு கந்தரகோலத்த எங்கியுமே பாத்ததில்லையடியம்மா."

தொடை மேல் கோடாரியைப் போட்ட மாதிரி ஒருநாள் திடீரென அவளுக்குப் பேற்றுவலி பிடித்துக்கொண்டது. உடம்பில் சக்தியே இல்லையென்றாலும் அப்போது அவள் வீறிட்டு அலறினாள். தொடைகள் வெடவெடவென்று நடுங்கின. வலி அடுத்தடுத்து அவள் இடுப்பிலும் தொடையிலும் சரம் சரமாய் இறங்கிக்கொண்டே இருந்தது. அவள் தனக்கு நினைவு தப்பிவிடும் என்று நினைத்தாள். ஆனால் மேலும் மேலும் வலியில் நினைவுகள் துடித்துக்கொண்டே இருந்தன. அவளை மருத்துவமனைக்குத் தூக்கிக்கொண்டு போனார்கள். பிரசவ வார்டில் வரிசையாய்ப் பெண்கள் அலறித் துடித்துக்கொண்டிருந்தார்கள். பாவாயி தன் மகள் வாயில் துணியைக் கொடுத்திருந்தாள். பேற்றுவாய் விரிவடையும்போதும் எலும்புகள் வளைந்து நெகிழும் போதும் வலியில் ரேவதியின் கண்கள் பிதுங்கின. வாயில் துணியில்லாதிருந்தால் அவள் தன் நாக்கு துண்டித்துப்போகும்படி கடித்துக்கொண்டிருப்பாள். குழந்தை வெளிவரும் சமயம் அவளுக்கு நினைவு தப்பிவிட்டது.

கண்விழித்தபோது அவள் ஒரு வெண்நிற விரிப்புள்ள படுக்கையில் படுத்திருந்தாள். கடவாயில் கடித்திருந்த துணிக் கந்தலாய்க் கிழிந்திருந்தது. இரும்புத் துண்டை பலம்கொண்டு கடித்த மாதிரி பல் வரிசைகள் வலியெடுத்தன. தொடை நடுவே பெரிய புதை சேற்றுக்குழி அளவுக்குப் புண் இருப்பதைப் போல அவள் மனதுக்குள் ஒரு சித்திரம் தோன்றியது. பாவாயி குழந்தையை எடுத்து மகளின் கண்ணுக்குக் காட்டினாள். ஆண் குழந்தை. ரேவதி கண்களை மூடிக்கொண்டாள்.

வெங்கடேஷ் போதையில் கண்கள் மின்ன குழந்தையைக் கொஞ்சுவான். ரேவதி அவனைப் பிடித்துத் தள்ளுவாள்.

"இந்த நாத்தத்தோட கொழந்தகிட்ட போவாத." "ஏண்டீ?" அவன் அவளைப் பிடித்துத் தள்ளிவிட்டுக் குழந்தைக்கு முத்தம் வைப்பான்.

ரேவதிக்கு வரதனும் வெங்கடேஷும் போதையில் இருக்கும் சித்திரமே மனதுக்குள் திரும்பத் திரும்ப ஓடிக் கொண்டிருந்தது. அவள் தன் மகனை வெறித்துப் பார்ப்பாள். அவன் வாலிபனாய் ஒரு மதுக்கடை வாசலில் கூட்டத்துக்கு நடுவே நின்றுகொண்டிருப்பதைப் போல ஒரு நினைவு வலிமையாய் அவளுக்குத் தோன்றியது. எப்போதும் இதே காட்சிகள், அசைக்க முடியாத காட்சிகள்.

அன்று வெயில் அதிகமாயிருந்தது. வீட்டில் வெம்மையும் புழுக்கமுமாய் இருந்தது. குழந்தை தூங்காமல் நைய்நைய்யென்று அழுதுகொண்டே இருந்தது. மாமனார் பகலில் எப்போதும் வீட்டிலிருப்பதில்லை. மாமியார் சம்பூரணம் படுத்திருந்தாள்.

வெக்கையில் தூக்கம் வரவில்லை. தூக்க மயக்கமாயிருந்தது. ரேவதி குழந்தைக்குப் பாலூட்ட பாலில் கொஞ்சம் சக்கரை போட்டு ஆற்றிச் சங்கடையில் ஊற்றினாள். தாய்ப்பால் மட்டும் போதவில்லை. கறவைப் பாலும் தர ஆரம்பித்திருந்தாள். கரப்பான் பூச்சி மருந்து அப்போது அவள் கண்ணில் தட்டுப் பட்டது. அது சாதாரணமாகவா எதேச்சையாகவா அல்லது விதியா தெரியாது. ஒரு நிமிடம்தான். அவள் எதையும் சிந்திக்கவில்லை. என்னதான் நடக்கிறது பார்க்கலாம் என்று நினைத்தவள்போல ஒரு துளியைச் சங்கடையில் விட்டாள். அந்தப் பாலை வழக்கம்போலக் குழந்தைக்குப் புகட்டினாள். பாலை ஊற்றிவிட்டுக் குழந்தையைத் தூக்கித் தோளில்போட்டு ஏப்பம் தெளிவித்துவிட்டுப் படுக்கையில் போட்டாள்.

சம்பூரணம் வாரிச் சுருட்டிக்கொண்டு எழுந்தாள். நேரம் மதியம் கடந்து சாயும் பொழுது ஆகியிருந்தது. வெகுநேரம் தூங்கிவிட்டாள். என்னவோ ஒன்று அவளுக்கு அசாதாரண மாய்த் தோன்றியது. அவள் தூங்கிக்கொண்டிருந்தாலும் வெகு நேரமாய்க் குழந்தையிடம் எந்த அசைவுமில்லை என்பதை உணர்ந்துகொண்டாள். திகிலடித்துப்போய்க் குழந்தையிடம் ஓடி அதை வாரி எடுத்தாள். அது விறைத்திருந்தது. கிறீச்சிட்டு அலறினாள்.

குழந்தை செத்துப் பத்து நாள் ஆகியிருந்தது. பச்சிளம் குழந்தையென்பதால் அதை வீட்டுக்குப் பின்புறமிருந்த தோட்டத்திலேயே புதைத்திருந்தனர். ரேவதி அவ்வளவு இயல்பாய் வீட்டில் வளைய வந்தாள். குழந்தை புதைத்திருந்த

இடத்தை அவள் திரும்பிக்கூடப் பார்க்கவில்லை. புதுக் கல்யாணப் பெண்மாதிரி அவள் சிரிப்பதும் தலைவாருவதும். சம்பூரணத்துக்கு அவள் முகத்தில் காறித் துப்ப வேண்டும் போல இருந்தது. கொஞ்சம் கொஞ்சமாக அவளுக்கு ரேவதியின் மேல் சந்தேகம் வந்தது. இவள்தான் குழந்தையை என்னவோ செய்திருக்க வேண்டும் ... சந்தேகம் ஒரு நிமிடம்தான் அதன் இடத்தில் இருந்தது. பிறகு அந்த எண்ணம் ஒரு தெளிவான உண்மை என்னும் நிலையை அடைந்துவிட்டது. சம்பூரணம் உடனேயே காவல் நிலையத்துக்குப் போய்விட்டாள். தன் பேரனின் சாவில் தனக்குச் சந்தேகமிருப்பதாகவும் பிணத்தைத் தோண்டிப் பரிசோதனை செய்ய வேண்டுமெனவும் பிராது தந்தாள்.

அன்று சாயந்திரம் ஒரு ஜீப்பில் சில போலீஸ்காரர்களும் ஒரு பெண் போலீஸும் கிராம நிர்வாக அதிகாரியும் மருத்துவ வேனில் அரசாங்க டாக்டரும் அவர் உதவியாளர் ஒருவரும் குழிதோண்ட ஒருவருமாக இரண்டு வாகனங்கள் வெங்கடேஷ் வீட்டு வாசலில் வந்து நின்றது. ஜனங்கள் சாரிசாரியாய்ச் சம்பவ இடத்துக்கு வர ஆரம்பித்தனர். ரேவதி எங்கேயோ ஏதோ என்பது மாதிரி சாதாரணமாக இருந்தாள். குழி தோண்டுபவர் மளமளவென்று தோண்ட ஆரம்பித்தார். போலீஸ்காரர் கூட்டத்தை ஒழுங்குசெய்தனர். சில நிமிடங் களிலேயே குபீரென வீச்சம் குழியிலிருந்து எழுந்தது. சிலருக்கு ஓக்களிப்பு வந்தது. சம்பூரணம் ஓக்களித்தாள். அவளுக்குத் தலை சுற்றியது. தலையைப் பிடித்துக்கொண்டு சரிந்தாள். ரேவதி தன் பக்கத்தில் நின்றுகொண்டிருந்த போலீஸ்காரரின் கையைச் சுரண்டினாள். அவர் முகம் கரடுமுரடாய் இருந்தது. ஆனால் இவளைப் பார்த்ததும் அதில் அன்பும் கருணையும் சுரந்தது. என்ன என்பது மாதிரி பார்த்தார். அவள் நேருக்கு நேராக அவர் கண்களைப் பார்த்து “குழந்தைக்குப் பால்ல பூச்சி மருந்து கலந்து நாந்தான் குடுத்தேன்” என்றாள். அவள் வார்த்தைகள் கூட்டத்துக்குள் அலை அலையாய்ப் பரவின.

***உயிர் எழுத்து*, ஆனி 18, 2012**

*

மகான்கள்

பஸ் நிலையத்தின் பூக் கடைகளிலும் ஐயர் ஓட்டலிலும் கூட்டம் நெரிந்தது. பேருந்துகளுக் கிடையே பட்டுச் சேலைகளின் அசைவு அதிகமாய் இருந்ததால் நிலையமே ஒரு வண்ணச் சலனமாய் இருந்தது. உக்கிரமாய்க் காய்ந்த எண்ணையில் வேகும் பலகாரங்களின் வாசனை எங்கும் வீசியது. அமாவாசை என்பதால் கோயிலுக்குப் போகிறவர் களின் கூட்டம். மயிலம்மாவின் முகம் உடலுபாதை களை மீறிய புன்னகையில் மின்ன ஜனங்களுக் குள்ளே ஓடி ஓடி கையை நீட்டிக்கொண்டிருந்தாள். முகம் முழுவதும் கத்தியால் கீரியது மாதிரி முதுமையின் கோடுகள். நரைத்து சடைபிடித்த தலை. உடலில் ஒரு பாழடைந்த பச்சை சேலை. அதன் கந்தலான முந்தானையைத் தலையில் முக்காடாய்ப் போட்டிருந்தாள். கிழவியின் தோற்றம் யாரையும் சில்லரையை எடுக்க வைத்தது. வெயில் ஏறும்வரை நிற்காமல் சுற்றிச் சுற்றி வசூல் செய்துவிட்டாள். உற்சாகத்தில் மறந்திருந்த சின்னச் சின்ன உடல் வலிகளெல்லாம் திடீரென்று ஒன்று திரண்டு உடம்பெல்லாம் அடித்துப் போட்ட மாதிரி வலித்தது. கோயில் தெற்கு வாசல் கடைக்குப் போனால் அந்த மாஸ்டர் ஒரு டீ போட்டுத் தருவான் என்ற நினைப்பு உடம்பெல்லாம் ஜில் லென்று ஓட மெல்ல மெல்ல ஊர்ந்து கோயில் கடைப் பக்கம் போனாள். புராதனத்தின் கருமை படர்ந்த ராஜ கோபுரம் ஏதோ ஒரு விசயத்தை அவளுக்குச் சொல்ல முயற்சிப்பது மாதிரி

தோன்றியது. என்னவோ முனகிக்கொண்டு கோபுரத்தைப் பார்த்துக் கைகளைக் கூப்பிவிட்டு கடையில் உள்ளே நுழைய நெருங்கி. தண்ணி வேண்டுமெனப் பொதுவாக எல்லோரிடமும் சாடை காட்டினாள். வலியினால் அவள் முகம் இறுக்கமாகத் தெரிந்தது. மாஸ்டர் அருவருப்பாக முகத்தை வைத்துக்கொண்டு கண்ணாடி டம்ளரில் தண்ணீர் ஊற்றித் தந்தான். "என்னா கண்ணு அப்பிடிப் பாக்கர. நானும் மனுசிதான்" என்று சிரித்தாள். "கிழவிக்கு ஏத்தத்தப் பாத்தியா" என்று மாஸ்டர் கடையில் இருப்பவர்களிடம் பொதுவாகச் சொன்னான் கிழவி டீ வேண்டுமெனக் கை காட்டினாள் அவன் காசு கொடு என்று சாடை காட்டினான். வழக்கமாக அவன் காசு கேட்க மாட்டான். கேட்டாலும் அவள் இல்லையென்று கையை விரித்தால் அவன் எதுவும் பேசாமல் டீ போட்டு கொடுத்துவிடுவான். இன்று அவனுக்கு என்னவோ மனம் வரவில்லை. மயிலம்மா துரைசாமியை நினைத்துக்கொண்டாள். அவன் வாலிபமான முகமும் மந்தகாசமான புன்னகையும் எதிரில் இருப்பதைப் போலத் தோன்றியது. அவன் இருந்திருந் தால் தனக்கு இந்தக் கதி வந்திருக்குமா? கண்ட நாய்களிடமும் இரந்து தின்ன வேண்டிய நிலைமை வந்திருக்குமா? அவள் கண்கள் கலங்கின. ஒவ்வொரு நாளும்போலவே இன்றும் மகனின் ஞாபகம் மிகக் கூர்மையாய் அவளுக்குள் ஊறியது. கலைக்கவே முடியாத கனவைப் போன்ற முப்பது வருடங்கள் மகன் உயிரோடிருக்கிறானோ இல்லையோ? அவன் இறந் திருப்பான் என்பதை அவளால் நினைக்கவே முடியவில்லை. என்னதான் சாமியாராகப் போனாலும் உயிரோடிருந்தால் ஒரு தடவையாவது அம்மாவை வந்து பார்க்க வேண்டும் என்று தோன்றி இருக்காதா? தினம் போலவே இன்றும் அவள் வாய்விட்டு அழ ஆரம்பித்தாள்.

கடையில் ஒருவர் ஆயாளுக்கு டீ போட்டுக் குடு நான் காசு தர்றேன் என்றார். மாஸ்டருக்கு உள்ளே எரிச்சல் மண்டிக்கொண்டு வந்தது. முகத்தில் காட்டிக்கொள்ளாமல் டீ போட்டுவைத்தான். டீயைக் குடித்துக்கொண்டே கடைக்கு முன்னால் இருந்தவர்கள் இரண்டு பேரிடம் கையை நீட்டினாள். அவர்கள் தர்மசங்கடமாகக் கடைப் பக்கம் திரும்பிக்கொண்டார்கள். "இந்தா கிழவி அதான் டீ வாங்கிக் குடுத்துட்டாங்க இல்ல கடையில இருக்கறவங்க எல்லாத்து கிட்டயும் வசூல் பண்ணிகிட்டுத்தான் கிளம்புவியா சுடு தண்ணிய புடிச்சி மூஞ்சில ஊத்திபுடுவேன்" என்றான். கிழவி பேசாமல் டீயைக் குடித்துவிட்டு மாஸ்டரைப் பார்த்து சிரித்துக் கொண்டு "ராசா போயிட்டு வாரேன்" என்றாள். அவன்

எந்த விதமான முகக் குறிப்பும் இல்லாமல் டீயை வேகமாக ஆற்றினான். மெல்ல நகர்ந்து போய்ப் புளிய மரத்தடியில் உட்கார்ந்துகொண்டாள்.

கோயில் வலப்புற சந்தில் ஒரு குண்டம்மா இட்லி சுடுவாள். இங்கே முடிந்ததும் கிழவி அங்கேதான் போவாள். பசிக்கவில்லை. சண்முகத்திடம் சொல்லி ஊன்றிக்கொள்ள ஒரு தடி செதுக்கித் தரச் சொல்ல வேண்டும் என நினைத்த வளாய்க் கோயிலை நெருங்கிப் போனாள். இந்த சண்முகம் தன் மகனாகப் பிறந்திருக்கக் கூடாதா அவனும்தான் அன்று சாமியாரிடம் விடிய விடிய பேசிக்கொண்டிருந்தான். விடிந்ததும் வந்து துரைசாமிதானே சாமியாராகப் போகிறேன் என்றான், சண்முகம் அம்மாவைப் பார்துக்கொள்ள ஆள் இல்லை என்று அல்லவா சொன்னான்.

கோயிலில் நல்ல கூட்டம் இருந்தது. கையை நீட்டினால் நூறு ரூபாய் கூட வசூலாகும். என்னவோ அவளுக்கு முடிய வில்லை. ஆயிரங்கால் மண்டபத்தில் வழக்கமாக அவள் முடங்கும் மூலைக்குப் போனாள். அங்கே ஒரு கூட்டம் வட்டமாய் உட்கார்ந்து புளியோதரை சாப்பிட்டுக்கொண்டு இருந்தனர். இவள் அவர்களைப் பார்த்துக்கொண்டே தாண்டிப் போனாள். சாப்பிடுபவர்களிலிருந்து ஒரு பெரிய மனிதர் “இந்தா பெரியம்மா சாப்டுறியா” என்றார். அவள் அவரைப் பார்த்து காலங்காலமாய்ப் பழகியதைப் போலச் சிரித்துக் கொண்டு “வேண்டாம் காசு இருந்தா குடுங்க டீ குடிக்கிறேன்.” என்றாள். “டீ குடிப்ப கொஞ்சம் புளி சோறு தின்னேன்.” என்றார். “சாப்ட முடீல” என்று சலிப்பாய்ச் சொன்னாள். கைகளை ஊன்றி அங்கேயே உட்கார்ந்துகொண்டாள். மற்றவர்கள் பேச்சுக் கொடுத்த ஆளைக் குற்றம் சுமத்துவது மாதிரி பார்த்தார்கள். அவர் அதைக் கண்டுகொள்ளாமல் “பசங்க பிள்ளைங்க எல்லாம் யாரும் இல்லையா?” என்றார். கிழவிக்கு மீண்டும் கண் கலங்கியது. “இருக்கான் ஒரே ஒரு பையன் இதா இந்த மண்டபத்துலதான் முப்பது வருசத் துக்கு முன்னாடி ஒரு சாமியார் வந்து எங்க பையங்கிட்டயும் அவன் சிநேகிதகாரங்கிட்டயும் என்னென்னமோ பேசினார். ராத்திரி பூரா அவருகிட்ட பேசிகிட்டு இருந்தான். காலையில வந்து எங்கிட்ட அம்மா நா சாமியாரா போறேன்னான்”. கிழவியால் பேச முடியவில்லை. “அப்ப அவனுக்கு இருபது வயசு. நல்ல உசரமா தாட்டிரீகமா செவப்பா சேட்டுப் பையனாட்டம் இருப்பான். அதுக்கும் ஒரு வருசம் முன்னாடி தான் அவிங்கப்பன் செத்துப்போனார்.” கைவிட்டுப் போன

82 குமாரநந்தன்

மகனை நினைத்து அவள் முகத்தில் இப்போது சகிக்க முடியாத அசூயை படர்ந்தது. சாப்பிட்டுக் கொண்டிருந்தவர் களுக்குத் தர்மசங்கடமாய் இருந்தது. "சிநேகிதகாரனும் போயிட்டானா?" என்றார். "அவம் போவுல அவனுக்கு அவிங்க ஆத்தா மேல பத்தி" என்றாள். தன் மகன் தன் மீது பாசம் இல்லாமல் போய்விட்டானே என்று நினைக்கும் போது அவளுக்குக் கசப்பான அழுகை வந்தது. சேலையை எடுத்துக் கண்ணைத் துடைத்துக்கொண்டு எல்லாம் அந்தப் பெருமாள் பண்றது என்பது மாதிரி கோபுரத்தை நோக்கிக் கையைக் காட்டினாள். சாப்பிட்டுக்கொண்டிருந்தவர் ஒரு புளி சோற்றுப் பொட்டணத்தை எடுத்து "ஆயா இப்ப பசிக்கிலின்னா பரவாயில்ல அப்பறமேட்டு தின்னுக்க" என்று தந்தார். அதற்கு மேல் மறுக்க முடியாதவளாய் வாங்கிக் கொண்டாள். எல்லோரையும் பார்த்து சிநேகிதமாய் சிரித்துக் கொண்டு கொஞ்ச தூரப் போய்த் தூண் ஓரமாய் இருந்த அரளிச் செடி நிழலில் படுத்துக்கொண்டாள். சாப்பிட்டவர்கள் எழுந்து போய்விட்டார்கள்.

வயிறு கறு புறு என்றது. வலி சங்கி சங்கி பிடித்தாலும் அவளுக்குப் புளி சோறு திங்க வேண்டும் போல இருந்தது. பொட்டலத்தைப் பிரித்துத் தின்ன ஆரம்பித்தாள். என்று மில்லாத வகையில் இன்று துரைசாமியின் நினைவு அவள் மனதைப் போட்டுத் துவைத்துக்கொண்டிருந்தது. முப்பது வருடங்களாக ஒவ்வொரு நாளும் வரும் உள்ளுணர்வு இன்றும் வந்தது. ஒருவேளை இன்று அவன் வந்துவிடுவானோ? இந்த நினைவுவரும் ஒவ்வொரு முறையும் அவள் உடல் பூரிப்பதைப் போலவே இன்றும் அவள் உடல் பூரித்தது. பக்கத்திலிருந்த தூணில் வீரன் ஒருவன் தன் மேல் பாய வரும் புலியின் தாடையிலும் அடிவயிற்றிலும் இரண்டு கைகளிலும் கத்திக் கொண்டு தாக்கும் புடைப்பு சிற்பத்தை வெறித்துப்பார்த்தாள்.

கமலம் வாசலில் கட்டிலில் படுத்திருந்தாள். மயலம்மா தெருவுக்குள் நகர்ந்து நகர்ந்து வருவது தெரிந்தது. காலையில இருட்டோட போனவ மணி பத்து ஆவுது இப்பதான் வாறா என்று நினைத்தவளாய் "பாத்து வா என்ன இன்னிக்கி நல்ல துட்டா" என்றாள். "ஆமாம் நல்ல துட்டு நீ வேற என்னக் கருமன்னு தெரியல ஒடம்பெல்லாம் ஒரே வலி கோயில்ல படுத்துத் தூங்கிட்டேன்." சொல்லிக்கொண்டே வந்து கட்டிலுக்கருகில் நின்றாள். கமலம் கொஞ்சம் தள்ளிப் படுத்துக்கொண்டு "உக்காரு" என்றாள். "எங்க சம்முவம் வந்துட்டானா. மணி என்ன பத்து இருக்குமா?" என்று

முழங்காலைப் பிடித்துக்கொண்டு கட்டிலில் உட்கார்ந்தாள். "உனக்கென்ன பரவால்ல அரகரான்னு கட்டல்ல படுத்துகிட்டு இருக்க என்னப்பாரு. சம்முவம் வந்தான்னா எனக்கு ஒரு தடிக்குச்சி செதுக்கித் தரச் சொல்லு நடக்க முடியல சோறு தின்னுட்டியா கொஞ்சம் புளி சோறு இருக்குது திங்கிறியா?" என்று இடைவெளியில்லாமல் எல்லாவற்றையும் கலந்து பேசினாள். கமலத்துக்கு ஒப்புக்கொள்ளாத ஒரு உணர்ச்சியில் முகம் மாறியது. வேணாம் என்றாள் வெடுக்கென்று இவுளுக்குத் திமிரப் பாரு இவப் பிச்ச எடுத்துகிட்டு வந்து எங்கிட்ட தர்றா என்று நினைத்துக்கொண்டு திரும்பிப் படுத்தாள்.

இன்று இப்படி ஒரு ஆள் கூட இல்லாமல் கோயில் வெறிச்சிட்டிருக்கும் என்று மயிலம்மா நினைக்கவில்லை. நேற்று அவ்வளவு கூட்டம் இருந்த கோயில் மாதிரியே தெரிய வில்லை. திரும்பி வீட்டுக்குப் போனால் படுத்தாவது தூங்கலாம் இன்னும் ஒரு வாரத்துக்குக் கோயில் பக்கம் வரக் கூடாது. வெள்ளிக் கிழமை வந்தால் போதும் அன்னைக்கிக் கொஞ்சம் கூட்டம் இருக்கும் என்று நினைத்துக்கொண்டு பஸ் ஸ்டேண்ட் பக்கம் நடக்கத் திரும்பினாள். கோயிலுக்கு வராம எங்க முடியுது விடிய விடிய தூக்கமே வரமாட்டிங்குது என்று முனகிக்கொண்டாள். பக்கத்தில் என்னவோ நிழலாடியது. நின்று வெயிலுக்கு எதிராகக் கையை மறைத்துப் பிடித்த படி உற்றுப் பார்த்தாள். "ஏம்மா கண்ணு தெரியலையா? நாந்தான் சண்முகம்" குரலைக் கேட்டுதான் கிழவிக்கு அடையாளம் தெரிந்தது. "என்னப்பாக்கவா சம்முவம்?" கிழவிக்கு என்னவோ போல் இருந்தது. "உம் மவன் துரசாமி வந்துட்டான்." கிழவிக்கு என்ன ஏதென்று ஒன்றும் புரிய வில்லை. ஒரு விநாடி பிதுபிதுவென்று விழித்துவிட்டு அப்படியே உட்கார்ந்துகொண்டு அழுதாள். ரோட்டில் ஜனங்கள் நடந்துகொண்டே திரும்பிப்பார்த்தார்கள். "சரி வா எதுக்கு அழுவற, வண்டி கொண்டாந்திருக்கேன். பத்திரமா ஒக்காந்துக்குவியா?" ஒருவரைக் கூப்பிட்டு கிழவியைப் பிடிக்கச் சொல்லி டிவிஎஸ் பிப்டியில் உட்கார வைத்துக்கொண்டு போனான் சண்முகம்.

நேற்று நடந்தது போல வருடங்கள் ஓடிவிட்டன. சண்முகத் திற்குப் பழைய நினைவுகள் பச்சை வாசனையோடு விரிந்தன. துரைசாமி இப்போது எப்படி இருக்கிறான் கொஞ்சம்கூட அடையாளம் தெரியவில்லை வடநாட்டுக்குப் போனால் முகம் கூடவா வடநாட்டு சாயலில் மாறிவிடும். ஊர் வரும் வழியை இன்னும் மறக்காமல் நினைவு வைத்துக்கொண்டு

வந்து சேர்ந்துவிட்டானே. நல்லவேளை கிழவி சாகவில்லை. வேற ஊருக்கும் போகவில்லை. எல்லாம் கடவுள் செயல். முப்பது வருடத்துக்கு முன்னால் அந்தக் காஞ்சிபுரத்து சாமியாரிடம் நானும்தான் உட்கார்ந்து பேசிக்கொண்டிருந்தேன். என்ன பேசிக்கொண்டிருந்தோம் என்று இப்போது சுத்தமாக மறந்துவிட்டது. அவனுக்கு மட்டும் அப்போது எப்படி ஒரு கணத்தில் எல்லாவற்றையும் உதற முடிந்தது. அதற்குப் பின்னால் அவனைப் போலவே தானும் சாமியாராகப் தேசாந்திரியாகப் போய்விட வேண்டும் என்று தினம் தினம் நினைக்காத நாளில்லை. ஏனோ கல்யாணம் செய்துகொள்ள வேண்டும் என்று தோன்றவே இல்லை. இப்போதும் காவி வேட்டிதான் கட்டுகிறான். அவனுக்குச் சாமியார் என்ற மரியாதை ஊருக்குள் இருக்கிறது. ஆனால் தான் சாமியார்தானா என்ற சந்தேகம் எப்போதும் அவன் உள்ளுக்குள் இருக்கிறது. ஆனால் இப்போது துரைசாமிக்கு முன்னால் தன்னைச் சாமியாராக நினைத்துப் பார்க்கவே வெட்கமாக இருந்தது. சாமியார் என்றால் அவன் தான் உண்மையான சாமியார்.

வெயில் ஒன்றும் அவ்வளவாக இல்லை. மோடமாக இருந்தது. சாப்டியாம்மா என்று கேட்டான். கிழவி எதுவும் பேசவில்லை. சுயநினைவே இல்லாதது போல இருந்தாள். வண்டி சைடு கண்ணாடியில் அவள் முகத்தைப் பார்க்கப் பாவமாக இருந்தது. அவனுடன் நானும் போயிருந்தால் நம்ம அம்மாவும் இப்படித்தானே பஸ் ஸ்டேண்டில் பிச்சை எடுத்துக்கொண்டு பைத்தியக்காரி மாதிரி இருந்திருக்கும். நினைக்கவே என்னவோ போல இருந்தது. தெருவே அடைத்துக் கொண்டு கூட்டம் இருந்தது. கூட்டத்தைக் கஷ்டப்பட்டு தான் விலக்கிக்கொண்டு போக முடிந்தது. வரிசையாக எல்லோரும் காலில் விழுவதும் ஆசீர்வாதம் செய்வதுமாக ஒரே தடபுடலாக இருந்தது. சண்முகத்துக்கு ஏனோ பெருமையில் நெஞ்சு விம்மியது. கிழவி அழுதுகொண்டே அவன் காலில் விழுந்தாள். துரைசாமி சிரித்துக்கொண்டே காலை நகர்த்தி அம்மாவை வாரி அணைத்துக்கொண்டான். அவன் முகத்தில் எந்த உணர்வோ உணர்வைக் காட்டக் கூடாது என்ற இறுக்கமோ எதுவுமே இல்லை. பாலகனைப் போன்ற புன்னகை தான் இருந்தது. கூட்டம் இந்தக் காட்சியைப் பார்த்து மெய் மறந்து நின்றது.

"என்னம்மா அப்பிடிப் பாக்கற?" தன்னிடம் பேசுவது யார் என்று மயிலாவுக்குப் புரியவில்லை என்றாலும் "இல்ல நீதானா இல்லை வேற யாராவதான்னு பாக்கறேன்." என்றாள்

சண்முகம் “அப்ப இருந்த துரசாமி இல்லம்மா இது வேற” என்றான். மயிலம்மாவுக்குக் குழப்பமாய் இருந்தது. ஒருவேளை இது தன் மகன் இல்லையோ என்று ஒரு கணம் திகைத்து விட்டாள். அவள் திகைப்பைப் புரிந்துகொண்டு அவன் பெரிதாகச் சிரித்தான். தன்னுடைய மடைமையை நினைத்து அவளுக்கும் சிரிப்பு வந்துவிட்டது. சண்முகம் “அம்மா இப்ப அவுரு அகம் ஆனந்த சுவாமிகள்” என்றான். கிழவிக்கு இப்போதும் ஒன்றும் புரியவில்லை என்றாலும் எதுவும் மோசமில்லை என்ற துணிச்சல் வந்திருந்ததால் புரிந்தமாதிரி சிரித்துக்கொண்டாள்.

தெரு ஜனங்கள் சண்முகத்தை முன்பு போல் பார்க்காமல் சாதாரணமாக நம்மைப் போன்ற ஒருவன் என்பது மாதிரி பார்ப்பதை இப்போதுதான் கவனித்தான். தான் பக்குவப்பட்டு விட்டதாய் நினைத்திருந்த நினைப்பு அழுகி கசிந்தது. அவனுடைய இத்தனை வருட குணமும் பெருமையும் ஒன்று மில்லாமல் சூரைத் தேங்காயாய்ச் சிதறிவிட்டது. என்ன மக்கள், கடவுளே ஆனாலும் கவர்ச்சியாய் கிரீடமும் அங்க வஸ்திரமுமாக வந்தால்தான் கண்ணத்தில் போட்டுக்கொள்வார் கள். இடுப்பில் அழுக்கு வேட்டியோடு வந்துவிட்டால் மானம் போய்விடும். ஒருவேளை துரைசாமி இங்கேயே நிரந்தரமாய் இருந்துவிடுவானோ அப்படி ஆகிவிட்டால் தன்னுடைய நிலையை ஒரு மேஸ்திரி என்கிற அளவில்தான் தக்கவைத்துக் கொள்ள முடியும். அதற்கு மேல் கஜ கர்ணம் போட்டாலும் ஒன்றும் செய்ய முடியாது. தன்னுடைய திருநீறு இனி வெறும் விபூதிதான். அப்படித் தன்னை ஒரு சாதாரண மனிதனாக அவனால் நினைத்துப் பார்க்க முடியவில்லை. தன்னுடைய நண்பன் இத்தனை வருடம் கழித்து இப்போது தான் வந்திருக்கிறான் வந்தவுடன் அவன் போவதைப் பற்றி நினைத்துக்கொண்டிருக்கும் தன்னுடைய சுயநலத்தைப் பற்றி அவனுக்கு உறுத்தலாய் இருந்தது. தன்னுடைய உருவத்தை மனதுக்குள் நிறுத்தி ஓங்கி கன்னத்தில் அறைந்தான். தானும் அப்படி தேசாந்திரியாகச் சுற்றி ஒரு சாமியாரின் முழுமையான தோற்றத்தை அடைந்திருந்தால் தன்னையும் இப்படித்தான் மக்கள் பூஜை செய்வார்கள் என்று நினைத்துக் கொஞ்சம் சமாதான நிலைக்கு வந்தான். அப்போது துரைசாமிக்குப் பாத பூஜை நடந்துகொண்டிருந்தது. சண்முகம் தன்னுடைய பாதங்களுக்குப் பூஜை நடப்பதைக் கற்பனை செய்துகொண் டான். இந்தத் தெரு ஜனங்கள் காலில் விழுந்துகூட ஆசீர்வாதம் வாங்கி இருக்கிறார்கள். பாத பூஜை செய்திருக்கிறார்களா? என்று நினைத்து மீண்டும் மனதுக்குள் ஒரு அறை வாங்கிக் கொண்டான்.

இரவு சண்முகத்திற்குத் தூக்கம் பிடிக்கவில்லை. அன்றைய வெயில் எவ்வளவு வெப்பமிருந்தது என்பது கூட இப்போது ஞாபகத்திற்கு வந்தது. இதில் விசித்திரமானது என்னவென்றால் துரைசாமி எப்போதும் அம்மா அம்மா என்று ஓடுவான். இவன் அப்போதே கொத்து வேலைக்குப் போனதால் கையில் கொஞ்சம் காசு இருந்தது. அதனால் அம்மாவைப் பற்றிய தேவதைச் சித்திரத்தையெல்லாம் எப்போதோ உடைத்து வீசி இருந்தான். இவனுக்கும் அம்மா கமலத்துக்கும் அடிக்கடி தகராறு வந்துகொண்டிருந்தது. நியாயப்படி மறுநாள் காலை இவன்தான் சாமியாராகப் போவதாக அறிவித்திருக்க வேண்டும். அப்போது அம்மாவைப் பார்த்துக்கொள்ள வேண்டும் என்று இவன் சொன்னது உண்மைதானா அல்லது ஒரு சாக்கா? இப்போது யோசித்துப்பார்த்தான் ஒன்றும் தெரியவில்லை. கல்யாணம் என்று ஒன்று நடந்திருந்தால் அவன் செயலுக்கு ஏதாவது அர்த்தம் கற்பிக்கலாம். காவி வேட்டி கட்டிக்கொண்டு மேஸ்திரி வேலை செய்துகொண்டு சம்சாரியாகவும் இல்லாமல் சாமியாராகவும் இல்லாமல் அவன் வாழ்க்கை இப்போது அவனுக்குக் குமட்டலாய் இருந்தது.

அகம் ஆனந்த சுவாமிகளாகிய துரைசாமி சண்முகத்திடம் மட்டும்தான் சகஜமாகப் பேசினார். “நீ அப்ப கோயில் குளம் பூசை சாமின்னு சுத்திகிட்டிருந்த நான் சும்மாதான் உங்கூடச் சுத்திகிட்டிருந்தேன். எனக்கு அதபத்தி எந்த நெனப்பும் இல்ல. அன்னைக்கி ராத்திரி குரு நமக்கு உபதேசம் பண்ணாறே அப்ப திடீர்னு எனக்கு எல்லா விசயமும் புரிஞ்சது. இந்த மாய வலைக்குள்ள இனிமே ஒரு நிமிசம்கூட இருக்கக் கூடாதுன்னு கிளம்பிட்டேன். ஆனா உனக்கு அந்த மாதிரி தோனாதது எனக்கு ஆச்சரியமா இருந்தது. விடிய விடிய உபதேசம் கேட்டும் விடிஞ்சி நீ அம்மாவப் பாத்துக்க ஆளில்லன்ன. சரி இதுக்கு மேல நாம ஒண்ணும் சொல்லக் கூடாதுன்னு நான் கிளம்பிட்டேன்.”

சண்முகத்துக்குள் ஏதேதோ கேள்விகள் தோன்றின. இப்போது அதையெல்லாம் பேசினால் துரை அழகாகப் பதில் சொல்லுவான் தன் பக்கம் எதுவும் நிற்காது என்று தோன்றியதால் எதுவும் பேசாமல் இருந்தான். “நீ மட்டும் வந்திருந்தியானா உன்னோட தேடலுக்கு என்னவிடப் பெரிய ஆளா வந்திருப்ப தெரியுமா?” என்றான். ஒருவேளை போயிருக்கலாமோ என்று சண்முகம் யோசித்தான். “அம்மா இருக்கவும் தான் வந்து பாத்துகிட்ட நடந்தது எதுவும் பெரிய விசியம் இல்லன்னு ஆகிப்போச்சி. ஒருவேல செத்திருந்தாங்கன்னா?” சாமியை இறுக்கி வளைத்துவிட்டதாக நினைத்துக்கொண்டு

கேட்ட சண்முகத்தைப் பார்த்து துரை சிரித்தான் "ஏன்டா இது ஒரு விசியமாடா. இங்கிருக்கும்போது செத்தா மட்டும் நீ என்ன புடிச்சி நிறுத்தப்போறியா. இல்ல நீ இங்கியே இருந்து உங்கம்மாவுக்கு சவரட்னை செஞ்சிகிட்டிருக்கியே அவிங்க என்ன உன்னத் தலமேல தூக்கி வெச்சிகிட்டா ஆடறாங்க. இல்ல எங்கம்மா என்ன அடிச்சி வெளிய தள்ளிட்டாங்களா?"

"என்னடா இப்பிடிப் பேசற சாமியாராயிட்டா நெஞ்சி அழுவிப்போயிடுமா" என்றான். துரை சத்தம் போட்டு சிரித்தான். "இத்தன வருசமா நீ இந்த அளவுக்குக் கூட வளராமத்தான் உள்ளூர்ல சாமியா இருந்திருக்க. சங்கரர் கூடதான் சாமியாரா போனார் அவிங்கம்மா சாவும்போது வந்து சேந்துரலையா" என்றான். சண்முகத்துக்கு உள்ளுக்குள் கோபம் எட்டிப் பார்த்தது.

நான்கு நாளில் துரைசாமி கிளம்பிவிட்டான். மயிலம்மா அவன் கையைப் பிடித்துக்கொண்டு அழுதாள். "அய்யா எனக்கு உடம்புக்கு முடியல. பஸ் ஸ்டாண்ல பிச்ச எடுத்து தான் வயித்த வளக்கிறேன். இன்னும் கொஞ்ச காலம் நீ எங்கூடயே இருந்துடு அய்யா அதுக்கப்புறம் நீ போகக்கூடாதா இந்தக் கிழவி என்ன மிஞ்சி மிஞ்சி போனா ஒரு ஆறு மாசம் உசிரோட இருப்பனா அதுவரைக்கும் நீ எங்கூட இருக்கக் கூடாதா?" என்றாள். துரைசாமி நிமிர்ந்து கூட்டத்தைப் பார்த்தான். "எனக்காக இந்தக் கிழவிய ஆளுக்கு ஒரு நேரம் சோறு போட்டுப் பாத்துக்குவீங்களா?" என்று கம்பீரமாகக் கேட்டான். கூட்டம் கண்ணத்தில் போட்டுக்கொண்டு உத்தரவு சாமி என்றது. "அம்மா உனக்கு இன்னும் ஆயுசு எங்கியோ இருக்குது. உனக்கு எதாவது ஒண்ணுண்னா உடனே நா வந்து நிப்பேன்." என்று விட்டு சண்முகத்தைக் கூப்பிட்டுக் கொண்டு தனியாகப் போய் "சண்முகம் என்னோட செல் நெம்பர குறிச்சிக்க எதாவதுன்னா எனக்கு போன் பண்ணு." என்றான். கூடியிருந்த கூட்டத்துக்கெல்லாம் பொதுவாகக் கைகூப்பி கும்பிட்டு விட்டுத் திரும்பிப் பார்க்காமல் நடந்தான்.

அவன் போன பின்னால் சண்முகத்துக்கு வாழ்க்கையில் எவ்வளவோ இழந்துவிட்ட மாதிரி தோன்றியது. எல்லாம் ஏன்? இந்தக் கிழவியை விட்டுப் பிரிந்திருந்தால் என்ன ஆயிருக்கும். கல்யாணம்தான் ஆனதா அதுவுமில்லை. திடீரென்று கிழவியின் மேல் கோபம் வந்தது. எல்லாம் இவளால்தான் என்று தோன்றியது. தெரியாமலா சித்தர்கள் பெண்களைப் பேய்கள் என்று வர்ணித்தார்கள். துரை மாதிரி

ஆஜானுபாகுவாய் கம்பீரமாய்த் தன்னைக் கற்பனை செய்து பார்த்தான். தப்பு செய்துவிட்டோம் துரை கிளம்பியபோதே நானும் கிளம்பியிருக்கவேண்டும். முப்பது வருடங்கள் இங்கே என்ன நடந்தது. கிட்டத்தட்ட வாழ்க்கையே முடிந்துவிட்டது. இனிமேல் என்ன செய்ய முடியும். நினைத்துப் பார்க்கவே மூச்சுத் திணறியது.

துரைசாமி வராமல் இருந்தாலாவது கிழவி இன்னும் கொஞ்ச காலம் இருந்திருப்பாள். பையனை நினைத்து மருகி மருகியே படுத்த படுக்கையாகிவிட்டாள் மயிலா. தெருக் காரர்கள் சாப்பாட்டைக் கொண்டுவந்து வைத்தாலும் அவள் சாப்பிடுவதில்லை. எல்லாம் அப்படியே கிடந்தன. கமலம் கால் படி பாலை வாங்கி காலை மாலை இரண்டு நேரமும் கொஞ்சம் கொஞ்சமாக வாயில் ஊற்றிக்கொண்டு வந்தாள். கடந்த இரண்டு நாட்களாக அதுவும் நின்றுவிட்டது. சண்முகம் துரைக்கு போன் செய்தான். "அம்மாவுக்கு ரொம்ப சீரியஸா கிடக்குது. உடனே கிளம்பி வாப்பா."

அடுத்த மூன்றாவது நாள் துரைசாமி வந்துவிட்டான். அவன் வருவதற்காகவே உயிரை வைத்திருந்த மாதிரி மயிலம்மா அவன் மடியிலேயே உயிரைவிட்டாள். தெருக்காரர்கள் எல்லாம் சாமி எப்பிடி தெரிஞ்சது என்றார்கள். துரையின் நம்பர் தன்னிடம் இருப்பதை சண்முகம் யாரிடமும் சொல்லவில்லை. சொன்னால் அதைக் கேட்டு சொல்லுங்க இதைக் கேட்டு சொல்லுங்க என்று தொல்லை செய்துவிடுவார்கள் என்று நினைத்தான் என்பதைவிட அவனுடைய மவுசு திரும்பவும் தூக்கி நிறுத்த முடியாத அளவுக்குப் போய்விடும் என்பதுதான் காரணம். சண்முகம் பக்கத்தில் இருக்கவே "அம்மாவுக்கு இப்படி இருக்கறது எனக்கு உள்ளுக்குள்ள அப்படியே படமாட்டம் தெரிஞ்சது அதான் பதறிப்பேய் ஓடியாந்தேன்." என்றான். சண்முகத்துக்கு அதிர்ச்சியில் மூச்சே நின்றுவிட்டது. இவ்வளவுதானா நீ என்று நினைத்துக்கொண்டான்.

கமலம் மகனை "ஏன்டா ரெண்டு நாளா எப்பிடியோ இருக்கற" என்றாள். துரை அதற்காகவே காத்திருந்தது போல வெடித்தான் "சண்முகம் எப்படியாப்பட்ட சில்லற தெரியுமா? அவன் அம்மாவுக்கு உடம்பு சரியில்லன்னு நான் போன் பண்ணி வரச்சொன்னேன். அவன் வந்து என்னமோ தனக்கு ஞான திருஷ்டியில தெரிஞ்சதுன்னு மனுசார சொல்றானே. அடேங்கப்பா இவனெல்லாம் ஒரு சாமியார். இவன் புளுக காப்பாத்தி இவன ஒரு மனுசனா இந்த வீதியில நிக்க வச்சிருக்கனே நானெல்லாம் போனா உண்மையிலேயே

பெரிய மகான் ஆயிருவேன்" என்றான். கமலத்துக்கு வயிற்றில் புளியைக் கரைத்தது. "அங்க போயித்தான் மகான் ஆகனுமாப்பா இங்கியே நீ மகான்தான்" என்றாள். அவளுடைய பயத்தையும் சப்பைக் கட்டையும் கண்டுகொண்ட சண்முகத்துக்கு எல்லை யில்லாத கோபம் பீறிட்டுக்கொண்டு வந்தது. "எல்லாம் உன்னாலதான் உன்னப் பாத்துக்கணும்னு நினைச்சி நான் இப்ப ஒண்ணுமில்லாம நிக்கறேன். சீக்கிரமா ஓம்பாடைய திருப்பிட்டனா எனக்கு ஒரு விடுதலை கெடச்சிரும்" என்று கத்தினான். கமலத்தின் மனதில் தான் பஸ் ஸ்டேண்டில் கையேந்திக்கொண்டு நிற்பது போன்ற காட்சி ஒரு விநாடி தோன்றி மறைந்தது

யமுனை, ஜனவரி 16 – 30

✻

நதி

அந்த ஊருக்கு அருகில் நதி வளைந்திருந்தது. மௌனத்தின் வெளியிலிருந்து காட்சியாய்ப் பெருகும் நதி சில சமயங்களில் ஒரு இசைக் கருவியைப் போல ஒலித்துப் பரவியது. வெண்ணிலா கோரைப் புதருக்கருகில் குளித்துக்கொண்டிருந்தாள். கல்லில் மஞ்சளை உரைத்துத் தன் முகத்தில் கொஞ்சமும் நதியின் முகத்தில் கொஞ்சமும் பூசினாள். ஏதோ ஒரு பறவை மீனுக்காகச் சொர வானம் அடித்தது. அதிகாலையின் காட்சிகள் வேகமாக மாறிக்கொண்டிருப்பதைக் கவனித்துக் கரையேறினாள். உடம்பில் சேலையைச் சுற்றிக் துண்டைத் தலையில் முடிந்தாள். குடத்தில் நீரை மொண்டுகொண்டு கிளம்பினாள்.

கிலுவை மரக் குச்சிகளால் கட்டப்பட்டிருந்த வேலிக் கதவை விலக்கிக்கொண்டு உள்ளே போனாள். தோட்டத்தில் பூசனிக்கொடி சீராக இலைகளைப் பரப்பியிருந்தது. இடதுபுறமிருந்த அவரைப் பந்தலில் அவரைக் காய்கள் சடை பிடித்துத் தொங்கிக்கொண்டிருந்தன. தண்ணீர் குடத்தை இறக்கி வைத்துவிட்டுப் பூட்டைத் திறந்து குடத்தை எடுத்துக்கொண்டு உள்ளே போனாள்.

வெயில் கிளம்பும்போது சமையல் வேலையை முடித்திருந்தாள். தலைத்துண்டை அவிழ்த்து முடியைத் தட்டினாள். ஈரம் இன்னும் இருந்தது. காதோரங்களில் காலெடுத்து நீர் சடையாகக் கட்டினாள். லேசாக பவுடர் பூசி நெற்றியிலும்

வகிட்டிலும் குங்குமம் வைத்துக்கொண்டாள். சாமி படத்து விளக்குக்கு எண்ணெய் விட்டு ஏற்றினாள்.

வாசலில் சைக்கிள் மணி சத்தம் கேட்டது. ராஜா உள்ளே வந்தான். 'உக்காரு ராஜா சாப்பாடு எடுத்துகிட்டு வறேன்' என்றுவிட்டுப் போய்த் தூக்கில் சாப்பாடும் சின்னத் தூக்கில் குழம்பும் இன்னொரு சின்னத் தூக்கில் ரசமும் கிண்ணத்தில் காயும் போட்டுப் பையில் அடுக்கிக்கொண்டு வந்தாள். ராஜா அவளையே பார்த்துக்கொண்டிருந்தான். அவள் தலையைக் குனிந்துகொண்டாள். "சாப்பாடு போட்டு வச்சிட்டம்பா எடுத்துகிட்டுப்போ" என்றாள். "எப்படி உங்களால இவ்வளவு அமைதியா இருக்க முடியுது" என்றான். அவள் எதுவும் பேசவில்லை. "உங்களையெல்லாம் அப்படியே கண்ணுக்குள்ள வச்சிக் காப்பாத்த வேணாமா. அவர நீங்க எதுவுமே கேக்க மாட்டீங்களா?" அவள் சங்கடமாக நெளிந்தாள். "கேக்காம என்ன ராஜா. நீ எடுத்துகிட்டுக் கிளம்பு. நேரமானா உன் மூதலாளி கத்துவாரு". "கத்திட்டுப் போறாரு. இப்படிக் கேவலப்பட்டு இவருகூட நீங்க பொழைக்கத்தான் வேணுமா? எனக்குப் பாக்கவே ரொம்ப கஷ்டமா இருக்குது. பேசாம நீங்க உங்க அம்மா வீட்டுக்குப் போயிடுங்க. அப்பத்தான் உங்களோட அருமை இவருக்குத் தெரியும்" என்றான்.

"சரி போலாம் நீ கெளம்பு" என்றாள். அவனுக்குத் துக்கம் தாங்க முடியாததாய் இருந்தது. "அவரு பண்ற வேலையை நெனைச்சி நீங்க அழுதுகிட்டிருந்தாக்கூட எனக்குப் பெரிசா ஒண்ணும் தெரியாது. ஆனா இவ்வளவு அமைதியா சிரிச்சி கிட்டு இருக்கறீங்க பாத்தீங்களா அதைப் பாத்தாதான் எனக்குத் தாங்க முடியல." சொல்லிக்கொண்டே அவன் சைக்கிளை எடுத்துக்கொண்டு கிளம்பினான்.

துவைக்கின்ற துணிகளைப் பொறுக்கினாள். அவளுக்குச் சிரிப்பாய் இருந்தது. இங்கே ஆற்று நீரில் துணி துவைப்பதை விட உலகத்தில் இன்பமான விசயம் வேறு இருக்குமா என்று அவளுக்குத் தெரியவில்லை. அங்கே அவள் அம்மா வீட்டில் உள்ளேயே பாத்ரூம் கக்கூஸ் ரூம் எல்லாம். துணியும் அதிலேயே துவைக்க வேண்டும். அங்கே துணி துவைப்பதைப் போல ஒரு நரகம் வேறு இல்லை. அம்மா வாசல் படியையே துணி துவைக்கும் கல்லாய்ப் பாவித்துத் துவைப்பாள். அவளுக்கு அப்படி முடியாது. இங்கே துணிகளை அள்ளிக்கொண்டு போனால் ஆறு. மேலே வானம். பக்கத்தில் கோரை. கரையில் ஆலமரம். கிளையில் கிளிகள். குருவிகளின் சத்தம். நதியின் சத்தம். விட்டால் அவள் வாழ்க்கை முழுவதும் துணி துவைத்துக் கொண்டிருப்பாள். வெயில் படாத குத்துக் கல்லில் உட்கார்ந்து

கொண்டு துணியை ஒவ்வொன்றாய் எடுத்து நதியில் நனைத்துக் கல்லில் போட்டாள். அவளுக்கு ராஜாவை நினைத்தால் சிரிப்பாய் வந்தது. இவர் அவளை விட்டுவிட்டு வேறு ஒருத்தியை வைத்திருக்கிறாராம். அப்பாவை நினைத்துக் கொண்டாள். அப்பாவை விடவா? சாராயக் கடையில் உண்டான பழக்கத்தில் அல்லவா தன்னை இவருக்குக் கல்யாணம் பண்ணிக்கொடுத்தார். அவளுக்கு எதுவும் துக்கமாய்த் தெரியவில்லை. அவன் அவளை அடிப்பதில்லை. ஒருவகையில் அவளுக்குச் சந்தோசமாகத்தான் இருக்கிறது. ராத்திரியில் அவளை அவன் தொந்தரவு செய்வதில்லை. சாப்பிட்டு முடித்ததும் கொஞ்ச நேரம் திண்ணையில் உட்கார்ந்திருப்பான். பிறகு சலித்துப் போனவன் போலவும் காலாற நடந்தால் பரவாயில்லை என்பது போலவும் திண்ணையை விட்டு இறங்கி நடக்க ஆரம்பிப்பான். திரும்பி வர இரண்டு மணி நேரம் அதற்கு மேலும் ஆகும். இவள் அதுவரைக்கும் காத்திருக்க மாட்டாள். சாப்பாட்டைப் போட்டுச் சாப்பிட்டுவிட்டுப் படுத்துக்கொள்வாள். ஒருநாள் அவள் தனியாக உட்கார்ந்து தின்றுகொண்டிருப்பதைப் பார்த்து ராஜா கதறிவிட்டான். “இப்படிச் சாப்பிடும்போதுகூடத் துணைக்கி இல்லாம போயிட்டாரே. ஏன் நீங்க சாப்பிடற வரைக்கும்தான் பொறுமையா இருந்துட்டு அப்புறம் போகக் கூடாதா?” அவர் செண்பகத்து வீட்டுக்குப் போய்விட்டதாக ராஜா சொன்னான். தனியாகத் தின்பதில் அவளுக்கு அப்படி ஒன்றும் விசேசமான துக்கம் இல்லை. சின்ன வயதில் இருந்து அவள் அப்படித்தான் தின்று கொண்டிருக்கிறாள்.

இந்த வீடு அவளுக்கு மிகவும் பிடித்திருந்தது. பழைய காலத்து வீடு. இரண்டு பக்கமும் சதுரமான திண்ணை. நடுவில் படி வைத்து உயரமான வாசல். உள்ளே ஒரு ஆளோடி. அவர்கள் ஊர்ப் பக்கம் அதை ஆசாரம் என்பார்கள். உள்ளே ஒரு ஊரையே அடைக்கலாம் போன்ற விசாலமான ஹால். சுற்றிலும் அறைகள். ஹாலைத் தாண்டி சமையல் கட்டு. அதற்குப் பிறகும் அறைகள். வலது பக்கம் அறைகள். இடது பக்கமும் அறைகள். நெல் காயவைக்கும் கலம். தண்ணீர் தொட்டி. பின்புறம் மாடு கட்டும் கட்டுத்தரை. கிணறு தோட்டம், சுற்றுச்சுவர், புறக்கடை வாசல். அவன் கடைக்குப் போய்விட்டால் அவள் ஒவ்வொரு அறையாகச் சுற்றிக் கொண்டிருப்பாள். ஏதோ கனவைப் போல இருக்கும். இங்கே வந்தபின் அவளுக்குத் தன்னுடைய வீட்டுக்குப் போகவே பிடிக்கவில்லை.

வெண்ணிலாவின் கல்யாணக் கோலம்தான் ராஜாவின் கண்ணில் மங்காமல் இருந்தது. எல்லா வேலைகளிலும் எல்லாச் சிந்தனைகளிலும் எல்லாச் செயல்களிலும் அவன் அதைப் பார்த்துக்கொண்டே இருந்தான். அப்போது அவனுக்கு ஏற்பட்ட துக்கம் இன்னும் வடியாததாய்த் தேங்கி நிற்கிறது. சில சமயம் அது அவனுக்கே புரிவதில்லை. எனக்கு எதற்காக அவ்வளவு துக்கம் வரவேண்டும். பெண்வீடு பார்க்கப் போகும்போது அவன் வரவில்லை. மாது வாடா என்றுதான் சொன்னான். இவன்தான் போகவில்லை. இப்படி இருக்கும் என்று அப்போது கொஞ்சம்கூட நினைத்துப் பார்க்கவில்லை. ஒருவேளை அப்போது அவன் போயிருந்தால் எல்லாமே வேறு விதமாக அமைந்திருக்கும். வெண்ணிலாவைப் பெண் பார்க்கப் போகும் போது தானும்கூடப் போவதாகவும் அவளைப் பார்த்தவுடன் மாதுவைப் பற்றி அவள் வீட்டில் சொல்லி அந்தக் கல்யாணத்தைத் தடுத்து நிறுத்துவதாகவும் கற்பனை செய்தான். இந்தக் கற்பனையை இப்போது எதற்காகச் செய்கிறோம் என்றும் நினைத்துக்கொண்டான். ஆனால் வெண்ணிலாவின் அப்பா ஒரு சாராயக் கடையில் வெண்ணிலாவை மாதுவுக்குக் கட்டித் தருவதாய் உறுதி தந்திருந்ததும் அவன் மனதில் ஒரு ஓரத்தில் தெரிந்துதான் இருந்தது. தையல் கற்றுக்கொள்ளப் போன இடத்தில் வெண்ணிலாவின் அப்பாவுடன் உண்டான பழக்கத்தில் அவளைத் தட்டிக்கொண்டு வந்துவிட்டான்.

வெண்ணிலாவுக்கும் இவனுக்கும் கல்யாணம் ஆவதைப் போலக்கூடக் கற்பனை ஓடியது. குழந்தைகள் இருப்பதைப் போல, இரண்டு பேரும் ஊருக்குப் போவதைப் போல. என்னென்னவோ மனதில் அதுபாட்டுக்கு ஓடிக்கொண்டிருந்தது. ஒரு விசயத்தை அவன் நன்றாகக் கவனித்துக்கொண்டான். வெண்ணிலாவைப் புணர்வதைப் போல மட்டும் நினைவுகள் வரவில்லை. நினைத்துப் பார்த்தால்கூட முடியவில்லை. வலுக்கட்டாயமாக நினைத்துப் பார்த்தால்கூடக் காட்சி திடமில்லாமல் அழிந்துவிடுகிறது. ஒருவேளை இதனால்தானோ மாது செண்பகத்தைத் தேடிப் போய்விடுகிறான்.

ஆற்றின் சத்தம் வானத்திலிருந்து ஒலிப்பதைப் போல மிக மெதுவாக ஒலித்துக்கொண்டிருந்தது. ராஜாவுக்குப் பக்கத்தில் தவளை ஒன்று எட்டிக் குதித்துக் கரையேறியது. மாதுவின் டெய்லர்கடை இன்று லீவு. லீவானாலும் வீட்டில் இருக்கமாட்டான். செண்பகத்தைக் கூட்டிக்கொண்டு எங்காவது வெளியில் போயிருப்பான். இந்த வெண்ணிலா மாதிரி ஒரு அப்பாவிப் பெண்ணை அவன் இதுவரை பார்த்ததில்லை. எல்லாம் அவளுக்கு முன்னால்தான் நடக்கிறது. அவள்

எதுவுமே கேட்பதில்லை. அவள் வீட்டிலிருந்து சொந்தம் என்று யாரும் கல்யாணத்திலிருந்து வந்து எட்டிப் பார்க்க வில்லை. அவனுக்குத் திரும்பவும் ஒரு முறை வெண்ணிலாவைப் பார்க்க வேண்டும் போல இருந்தது. ஆனால் வெகுநேரம் ஆற்றங்கரையிலேயே படுத்திருந்தான். இருட்டுக் கட்டுவதும் வானத்தில் நட்சத்திரங்கள் பூப்பதும்கூட அவன் கவனத்தில் இல்லை. வெகுநேரம் வரை அப்படியே படுத்திருந்துவிட்டு எழுந்தான். வீட்டுக்குப் போக மனசே இல்லை. எந்திர கதியில் நடந்தான். வழியில் வெண்ணிலாவின் வீட்டைப் பார்த்ததும் வேலிப் படலைத் தள்ளிக்கொண்டு உள்ளே போனான்.

கதவைத் தட்டினான். மணி ராத்திரி எட்டு. இந்த நேரத்தில் இங்கே வந்து கதவைத் தட்டுவதை வெண்ணிலா கோபித்துக் கொள்வாளா என்று சங்கடமாகவும் இருந்தது. திரும்பலாம் என்று நினைத்தான். ஆனால் அதற்குள் வெண்ணிலா கதவைத் திறந்துவிட்டாள். "என்ன ராஜா இந்த நேரத்துல. நீ எங்கியும் போலயா" என்று உள்ளே வரச் சொன்னாள். "அண்ணன் இன்னும் வரலையா அண்ணி." "இன்னும் வரலை. காலையில எந்திரிச்சிப் போனாரு." "உங்களுக்குப் போர் அடிக்கலையா?" "இல்லையே வீட்டையெல்லாம் கூட்டி வாரினேன். தோட்டத் தைச் சுத்தம் பண்ணினேன். நேரம் போனதே தெரியலை" என்று சிரித்தாள். "தோட்டத்துல கொஞ்சம் மொளகா செடி போடலாம்னு இருக்கேன்." "அண்ணன நீங்க ஒண்ணுமே கேக்கமாட்டீங்களா" என்றான். அவளுக்குச் சட்டெனக் கோபம் வந்தது. "என்ன நீ எப்பப்பாத்தாலும் அண்ணன ஒண்ணுமே கேக்கமாட்டீங்களான்னுகிட்டே இருக்க" என்றாள். அவனுக்கு முகம் பொக்கென்று போய்விட்டது. "எனக்கு ஒரு பிரச்சினையும் இல்ல ராஜா" என்றாள். மௌனமாகக் கிளம்பினான். "சாப்டுட்டுப் போ ராஜா" என்றாள். அவன் ஏதோ கவனத்தில் இருப்பதைப் போல வெளியே வந்தான். மாது வாசலில் ஏறிக்கொண்டிருந்தான். இவனுக்குக் குப்பென்று வியர்த்தது. "என்ன ராஜா இந்த நேரத்துல இங்க என்ன பண்ணிகிட்டிருக்க" என்றான். "சும்மாதான் இந்தப் பக்கமா வந்தேன். அப்பிடியே நீங்க இருக்கீங்களான்னு பாத்தேன்" என்றுவிட்டு முகத்தைப் பார்க்காமல் வேகமாகக் கிளம்பினான்.

"எதுக்கு இவன் இந்த ஓட்டம் ஓடறான்" என்றுகொண்டே உள்ளே வந்தான். "என்னமோ தெரியலை அண்ணன் வந்துச் சான்னு கேட்டான். இன்னும் இல்லைன்னேன். உங்களுக்குப் போர் அடிக்கலையான்னு கேட்டுக்கிட்டிருந்தான். சாப்டுப் போப்பான்னேன். இல்லண்ணினுட்டு கிளம்பிட்டான்"

என்றவள் சாப்டீங்களா என்றாள். உம் என்றவனிடம் “சாப்பாடு சேத்தி செஞ்சிட்டனே ராத்திரி நேரமாதானே வந்துட்டீங்க இங்கியே வந்து சாப்பிடக் கூடாதா?” என்றாள். அவன் எதுவும் சொல்லவில்லை. ராஜா என்ன சொன்னான் என்றான். ஒண்ணும் சொல்லலியே என்றாள். அவன் பதற்றத் தோடு வேகமாகப் போன காட்சியே மாதுவின் மனதுக்குள் மீண்டும் மீண்டும் வந்துகொண்டிருந்தது.

ராஜாவுக்குத் தூக்கமே வரவில்லை. சரியாக அந்த நேரத்தில் தான் மாது வரவேண்டுமா என்று நினைக்க நினைக்கச் சங்கடமாய் இருந்தது. தன்னைத் தேடி வந்து அடித்தாலும் பரவாயில்லை. வெண்ணிலாவை ஏதாவது செய்துவிடுவானோ என்று பயமாய் இருந்தது. ஏற்கனவே அவளுக்குக் கஷ்டம். தன்னால் மீண்டும் இப்படி ஒரு கஷ்டமா என்று நினைக்க நினைக்க ஒரே தலைவலியாய் இருந்தது. காலையில் கடைக்குப் போனதும் தானே வெளிப்படையாக “அண்ணிய ஏதும் சந்தேகப்பட்றாதீங்க அண்ணே, அவங்க பாவம். நீங்க இப்பிடி இருக்கீங்களேன்னு பரிதாபப்பட்டுத்தான் சும்மா பாக்கப் போனேன். அவிங்க பாவம்னே” என்று சொல்லிவிடலாமென இருந்தான். ஆனால் ராத்திரியில் அவளைப் போட்டு அடித்துவிட்டால் என்ன செய்வது என்கிற நினைப்பே பெரும் துன்பமாய் இருந்தது. இப்போதே போய்ப் பார்க்கலாமா என்று யோசித்தான். ஆனால் நிலைமை சந்தேகத்திற்கிட மில்லாமல் சிக்கலாகிவிடும் என்று பல்லைக் கடித்துக்கொண்டு கட்டிலில் கிடந்தான்.

அவனால் முடியவில்லை தூக்கம் வராதது மட்டுமல்ல. வெண்ணிலாவை மாது அடித்துக்கொண்டிருப்பதைப் போலவே காட்சிகள் அவன் மனதுக்குள் பேயாட்டம் போட்டன. ஒருவேளை அவளை அடித்துத் துரத்தியிருப்பானோ அல்லது கொன்று போட்டுவிடுவானோ அப்படியெல்லாம் எதுவும் நடந்திருக்காது. கண்டவங்களையும் கண்ட நேரத்திலயும் வீட்டுக்குள்ள ஏத்தாதே அப்படின்னு சொல்லிட்டு விட்டிருப் பான் என்று மனம் ஒரு பக்கம் ஓயாமல் சொல்லிக்கொண்டும் இருந்தது. ஆனால் அந்தப் பேச்சு ஒரு விநாடிகூட அவன் மண்டையில் உறைக்கவில்லை. மாதுவைப் பார்த்து அவன் காலில் விழுந்து வெண்ணிலாவைச் சந்தேகப்பட வேண்டாம் என்று கேட்டுக்கொண்டால்தான் தனக்கு நிம்மதி என்ற நினைவு அவனைக் கட்டிலில் படுக்கவிடாமல் புரட்டிக் கொண்டே இருந்தது.

எழுந்து வெளியே வந்தான். இளம் காற்று வீசியது. தேய்பிறை நிலா வானத்தில் ஏங்கோ கிடந்தது. ஆற்றுத்

தண்ணீர் போகும் சத்தம் இப்போது துல்லியமாய் இங்கே வரைக்கும் கேட்கிறது. அந்த அகாலம் அவனுக்கு ஏனோ புல்லரிப்பாய் இருந்தது. மரங்களின் மெல்லிய அசைவுகள் அவன் இதற்கு முன் இப்படி ஒரு கோலத்தில் ஊரைப் பார்த்ததே இல்லை. இந்த நேரம் இப்படியே இருந்துவிடாதா என்று நினைத்தான். இரண்டு வீதி தாண்டி, மாரியம்மன் கோயிலைத் தாண்டி வடக்கே செல்லும் ரோட்டின் கோடியில் மாது வீடு மெல்லிய நிலா வெளிச்சத்தில் நாடகத் திரை ஓவியம் மாதிரி தெரிந்தது. மருத மரத்தில் கோட்டானின் சத்தம் இருந்திருந்தாற்போலக் கேட்கவும் அவன் உடல் வெட்டி நிமிர்ந்தது. என்ன பயங்கரமான குரல். இந்த நேரத்தில் கோட்டான் எதற்காகக் கத்துகிறது. ஒருவேளை தான் நினைத்ததைப் போல... அவனுக்குக் கண்கள் கலங்கின. அழ வேண்டும்போல இருந்தது. வெண்ணிலாவின் காலில் விழுந்தும் மாதுவின் காலில் விழுந்தும் கதறவேண்டும் போல இருந்தது. வேகவேகமாய் நடையை எட்டிப்போட்டான். கிளுவை வேலிப் படல் கயிறு போட்டுக் கட்டியிருந்தது. வீட்டைச் சுற்றிக்கொண்டுபோய்ப் புறக்கடைப் பக்கத்தின் சிறிய சுவரைத் தாண்டிக் குதித்து உள்ளே வந்தான். ஏதாவது அறையில் வெளிச்சம் தெரிகிறதா என்று பார்த்துக்கொண்டே வந்தான். படுக்கை அறை எந்தப் பக்கம் என்று தெரியவில்லை. தேடிக்கொண்டே வந்தான். திடீரென்று யாரது என்ற கணீர் குரலில் கால்கள் வெலவெலத்துவிட்டன. அவன் ஓடிப் போய்விடலாமா என்று திரும்பினான். மீண்டும் நில்லு என்று அதட்டும் மாதின் குரல். அவன் நின்று தலையைக் குனிந்துகொண்டான். திடீரென்று அப்போதுதான் தான் செய்த காரியத்தின் அபத்தம் புரிந்தது. சாயந்திரம் அவன் வீட்டிலிருந்து போனதைக்கூட மாது சாதாரணமாக எடுத்துக் கொள்வான். ஆனால் இதை மூளையே இல்லாதவன்கூட சாதாரணமாய் எடுத்துக்கொள்ள முடியாது. கடவுளே எனக்குப் புத்தி ஏன் இப்படி மழுங்கிப்போனது. ஆள் வரும் ஓசை கேட்டது. அவன் தலையை நிமிர்ந்து பார்க்கவே இல்லை. ஒரு பயங்கரமான கதறலை மிகக் கட்டுப்படுத்தி வெளியேற்றிக் கொண்டிருந்தான். கிட்டே வந்ததும் பொதேரென மாதுவின் காலில் விழுந்து இரண்டு கால்களையும் சேர்த்துக் கட்டிக் கொண்டான். “அண்ணே என்ன வெட்டிப் போட்று. அண்ணி நல்லவங்க. அவிங்கள ஒண்ணும் செஞ்சிடாதே.” மாது கொத்தாக அவன் உச்சி முடியைப் பிடித்துத் தூக்கினான். அவன் கண்கள் ஓநாயினுடையதைப் போல மின்னின. அவனை முகத்தருகே இழுத்து காறித் துப்பினான். ராஜாவுக்கு அப்போதே செத்து விட்டதைப் போல இருந்தது. “எச்சக்கலை நாயே எம்

பொண்டாட்டி காஞ்சி கெடக்கறா ராத்திரியில வந்தா தூக்கிக் காட்டுவான்னு நாக்கத் தொங்கப் போட்டுகிட்டு வந்தியா" என்றான். ராஜா கையெடுத்துக் கும்பிட்டான். "வீட்டுப் பக்கமாவது கடப் பக்கமாவது உன்னப் பாத்தேன் செருப்புலயே அடிச்சிக் "கொன்னுருவேன் ஓடிப்போயிடு". 'என்னக் கொன்னாலும் பரவாயில்ல, வெண்ணிலா அண்ணிய ஒண்ணும் பண்ணிடாதீங்க' என்று சொல்ல நினைத்தான். அவனால் எதுவும் பேச முடியவில்லை. வெளியே போகக் கொல்லைப் பக்கமாகத் திரும்பினான். "திருட்டு நாயே அங்க எங்கப் போற இப்பிடிப் போ" என்று மாது முன் வாசலைக் காட்டினான்.

அவ்வளவு குளிர்ந்த காற்றிலும் ராஜாவுக்குப் புழுக்கமாய் இருந்தது. தனக்குள் எந்தப் பேய் புகுந்துகொண்டு இப்படி ஒரு செயலைச் செய்வித்தது என்று நினைத்துக்கொண்டான். இனி என்ன வெண்ணிலாவின் பெயர் இந்த ஜென்மத்தில் மாற்ற முடியாத அளவுக்குக் கெட்டுவிட்டது. தான் கொஞ்சம் பொறுமையாய் இருந்து காலையில் மாதுவைப் பார்த்துப் பேசியிருக்கலாம் என்று இப்போது தோன்றியது. இந்த எண்ணம் ஏன் அப்போது ஒரு முறைகூட வரவில்லை என்று புரியவில்லை. இப்போதுதான் தன்னுடைய முகத்தின் மீது மாதுவின் எச்சிலின் நாற்றம் அடிப்பதைக் கவனித்தான். லுங்கியைத் தூக்கி முகத்தைத் துடைத்தான். அப்படியும் நாற்றமடித்தது. இனி ஒரு காலத்திலும் அந்த நாற்றத்தைத் தன்னால் துடைத்துவிட முடியாது என்று நினைத்துக் கொண்டான்.

வெண்ணிலா காலையில் மஞ்சளைப் பூசிக் குளித்து மஞ்சள் நிறச் சேலையைச் சுற்றிக்கொண்டு வந்து சமையல் வேலையை ஆரம்பித்தாள். தெருக்கோடியில் வழக்கத்திற்கு மாறாக ஒரே ஆரவாரமாய்க் கேட்டது. கதவைச் சாத்திக் கொண்டு தெருப் பக்கம் போனாள். நீலாக்காவின் வாசலில் நின்றுகொண்டு என்னக்கா என்று விசாரித்தாள். "உங்க வீட்டுக்காரரோட தையல் கடையில வேல செய்யறானே ராஜா அவன் தூக்குப் போட்டுகிட்டுச் செத்துட்டானாம். ராத்திரி என்ன நேரம் தொங்குனானோ இப்பத்தான் பாத்திருக் காங்க. ஒரே கோராமையா இருக்குதாம். நான் போய்ப் பாக்க மாட்டேன் சாமி. நீயும் போயி பாத்திடாத. வயசுப்புள்ள எதாவது ஆயிரப் போவுது. வீட்டுக்குப் போ." என்றாள். வெண்ணிலாவுக்கு அழுகையாய் வந்தது. "என்ன ஆச்சாங்கா எப்பப் பாத்தாலும் எங்கிட்ட ஐயோ அண்ணி அண்ணன ஒண்ணுமே கேக்க மாட்டிங்களான்னு மாஞ்சி மாஞ்சி

போவானே. ராத்திரி கூட வீட்டுக்கு வந்து இப்பிடித் தனியா கெடக்கறீங்களேன்னு ஆத்தாமையா பேசுனானே. நா ஒரு எட்டுப் பாத்துட்டு வந்துடறேன்" என்று திரும்பினாள் "ஐயோ கண்ணு வேண்டாம் சொன்னாக் கேளு. நாக்கத் தள்ளிகிட்டு ஒரே கோரமாத் தொங்கரானாம். புதுப் பொண்ணு வேற அங்கியெல்லாம் போவாத. இனிமே எங்கப் போனாலும் கொஞ்சம் சாமி துண்ணூரு நெத்தியில வெச்சிகிட்டுப் போ தெரியுதா" என்றாள்.

சமைக்கும் வரைக்கும் அவளுக்கு அதே நினைவாய் இருந்தது. பத்து மணிக்கு மேல் மாது ஆற்றிலிருந்து குளித்த கையோடு வந்தான். "ஏங்க எழவு வீட்டுக்குப் போயிட்டு வந்தீங்களா" என்றாள். அவன் எதுவும் பேசவில்லை. எதனாலங்க என்றாள். அவன் எதுவும் சொல்லவில்லை. சோற்றைப் போட்டு வைத்தாள். "ஏங்க நா ஒரு எட்டுப் போயி பாத்துட்டு வந்துட்டுமா" என்றாள். "சவத்த ஆஸ்பித்திரிக்கி எடுத்துகிட்டுப் போயிட்டாங்க. சாயந்திரம் ஆயிரும் வந்தபின்னால வேணா போயித் தலையக் காட்டிட்டு வா" என்றான். சாப்பிட்டுவிட்டு உடனே கிளம்பி விட்டான். அழுக்குத் துணிகளை அள்ளிக் கட்டிக்கொண்டு சாயந்திரம் ராஜாவின் சவம் வருவதற்குள் போய்த் துவைத்துக் கொண்டு வந்து விடலாம் என்று வீட்டைப் பூட்டிக்கொண்டு ஆற்றுக்குக் கிளம்பினாள் வெண்ணிலா.

('ஒரு தேவதையின் வாழ்க்கை' என்ற தலைப்பில் 'மலைகள்.காம்', ஜனவரி, இதழ் 18இல் வெளிவந்தது.)

✳

பசி மழை

விடிவதற்கு முன்பே இருந்து மழை சினுசினுவெனத் தூறிக்கொண்டிருந்தது. இது அடைமழைக்காலம். கல்லுகிட்டிலும் வேலிகளிலும் இட்டேரியிலும் ஓடையிலும் அடர்ந்த பசும்புல்லும் பூடுகளும் மண்டிக்கிடந்தன. அவற்றில் கால் வைக்கும்போது புத்தம் புதிய தண்ணீரின் ஈரம் காலை ஓவியம் போலத் தீண்டியது. வீட்டுக்குப் பின்புறம் வயலெங்கும் கடலைச் செடிகள் வளர்ந் திருந்தன. அவை செடிகளைப் போல இல்லாமல் ஒரு டிசைன் போல ஒளிரும் பச்சை நிறத்தில் நிலமெங்கும் படர்ந்திருந்தது. வீட்டுக்கு முன்புறம் மெயின்ரோடும் கூப்பிடு தூரத்தில் கடைவீதியும் இருந்தன. எனவே வீட்டின் முன்புறம் ஒரு நகரத்தின் சாயலும் பின்புறம் கிராமத்தின் சாயலும் இருந்தது.

வேலை இன்னும் முடியவில்லை. கொல்லை யில் வீட்டிலிருந்த பாத்திரங்கள் எல்லாம் துலக்கப் போட்டிருந்தது. குத்துவிளக்கு பணியாரக் கல், தோசைக் கல், வடசட்டி எல்லாம் கிடந்தது. துணி துவைத்து மழையிலேதான் அலசிப் போட வேண்டும். பெட்சீட், ஜமக்காளம் எல்லாம் காயாது. இரவு இந்தக் குளிரில் வெறும் பாயில் அல்லது காட்டன் சேலையைப் போர்த்திக்கொண்டு எப்படித் தூங்குவது என்று தெரியவில்லை. இப்போது மழை சுத்தமாக நின்றுவிட்டது. ஆனால் மோடம் இருண்டுகொண்டு இருந்தது.

வேலு சமையல் கட்டின் எண்ணெய் படிந்த ஜன்னலைத் துடைத்துக்கொண்டிருந்தான். "ஏம்மா இந்தப் பரண்ல இருக்கறதையெல்லாம் எடுத்து வெலக்கிகிட்டு இருக்கணுமா? அப்படியே ஒரு சாக்குலப் போட்டு மூட்டக் கட்டிப் போட்ரலாமில்ல."

அம்மா மெல்ல சிரித்துக்கொண்டே "அதெப்டிடா" என்றாள்.

வருசா வருசம் இப்படித்தான். எவ்வளவோ பழக்கங்கள் மாறிவிட்டன. ஆனால் இந்தப் புரட்டாசி மாத சனிக்கிழமை விரதம் மட்டும் இன்னும் மாறவில்லை. நல்ல வேளையாகக் கோம்பை சுவரெல்லாம் நேற்றே பூசியாகிவிட்டது. இல்லா விட்டால் வேலை முடித்துத் தண்ணீர் ஊற்றிக்கொண்டு அடுப்புப் பற்றவைக்க சாயந்திரம் நான்கு மணி ஆனாலும் ஆகும், ஐந்து மணி ஆனாலும் ஆகும். ஆறு வாரம் விரதம் பிடிக்கும் வீடுகளிலெல்லாம் மத்தியானமே ஒரு சந்தி விட்டுவிடுவார்கள். வேலுக்கு முப்பது வயது ஆகிவிட்டது. இந்த வீட்டில் இன்னும் தனக்கு நினைவு தெரிந்து ஒரு வருசம்கூட ஆறு மணிக்குக் கீழாக ஒரு சந்தி விட்டதில்லை. இப்பொழுதாவது கேஸ் இருக்கிறது. விறகடுப்பு இருந்த காலத்திலெல்லாம் ஏழு மணி எட்டு மணி கூட ஆகிவிடும்.

ராணி பாத்திரம் துலக்க உட்கார்ந்துவிட்டாள். துணி இரண்டு போவினியில் ஊறிக்கொண்டிருக்கிறது. மணி பதினொன்று ஆகிவிட்டது. எல்லாப் பாத்திரங்களையும் பொறுக்கிப் போடவும் துணிகளை ஊற வைக்கவும் உள்வீட்டு சுவர்களுக்குச் சுண்ணாம்பு அடிக்கவும் இவ்வளவு நேரமாகி விட்டது. அவசரமாக போக வேண்டிய பீஸ் என்று நேற்று பனிரெண்டு மணி வரை நிற்க வைத்துவிட்டார்கள். அது அப்படி ஒன்றும் அவசரமான பீஸ் இல்லை. ஆனால் அவளின் இன்றைய லீவைச் சரி கட்ட வேண்டாமா? ஆடிப் பதினெட்டுக்குக் கூட அவள் வேலை பார்க்கும் எக்ஸ்போர்ட் கடை லீவு விடவில்லை. காலையில் ஒன்பது மணிக்குப் போய் நின்றால் மத்தியானம் சாப்பிடும்போது கொஞ்ச நேரம் உட்காரலாம். இரவு எட்டு மணி வரை நின்றுகொண்டேதான் பீஸ் பார்க்க வேண்டும். வீட்டுக்கு வரும்போது கால் ஒடிந்துபோவது போல வலிக்கும். இப்பொழு தெல்லாம் இடுப்பு வலியும் சேர்ந்துகொள்கிறது. சுலோ வந்துடுவேன் என்றாள். வருவாளா என்னவோ தெரியவில்லை. அவளுடைய துணிகளும் இங்கேதான் ஊறிக்கொண்டிருக்கிறது. அநேகமாக வரமாட்டாள் என்றுதான் ராணிக்குப் பட்டது. குமாரின் சத்தம் தெருவில் பெரியதாய்க் கேட்டது. ராணி

பூமியெங்கும் பூரணியின் நிழல்

கையைக் கழுவிக்கொண்டு எழுந்து வந்து தெருவைப் பார்த்தாள். இந்தாடா "குமாரு மழ விட்டதும் தெருவுல இறங்கிகிட்டியா இங்க வா" என்றாள். அவன் மூச்சிரைக்க ஓடி வந்து என்ன "ஆயா" என்றான். "ஏன்டா ஒரு சந்தி இருக்கேன்னு எதுவும் திங்காம இருக்க. இப்படிக் குதிச்சா எப்பிடி விரதம் இருக்க முடியும். போயி பேசாம உக்காரு. ஓங்கம்மா எங்க வர்றாளாமா?"

"அம்மாவுக்கு இன்னிக்கி லீவு இல்லியாம் சாயந்திரம் வரேன்னு சொல்லிச்சி." "ஏன்டா லீவு இல்லைங்கறவ துணி யெல்லாம் கொண்டு வந்து இங்க எதுக்குடா ஊற வச்சா நானே இடுப்பு வலியில அல்லாடிகிட்டு இருக்கேன்." அவள் குரல் சுய இரக்கத்தில் தடுமாறியது. குமார் பரிதாபமாய்ப் பாட்டியையே பார்த்தான். அவனுக்கு அழுகை வரும்போல இருந்தது. ராணி குமாரின் முகத்தைப் பார்த்து சமாளித்துக் கொண்டு சிரித்தாள். "சரி வா இந்த சாமி படத்துக்குத் துன்னூறு போட்டு வையி. சாப்டுறியா ராத்திரி சோறு கொஞ்சம் இருக்குது." "வேணாயா." "இல்லாட்டி பையில பொரி இருக்குது எடுத்துத் தின்னு." "எதுவும் வேண்டாயா இன்னிக்கி நா ஒரு சந்தி."

ராணி சிரித்துக்கொண்டே போய் பாத்திரம் துலக்க உட்கார்ந்துகொண்டாள். மழை பளபளவெனப் பிடித்துக் கொண்டது. எழுந்து மீண்டும் உள்ளே வந்தாள். "இந்த மழ வேற எந்த வேலயும் செய்ய உட மாட்டீங்குது புயலு எங்கியோ வந்திருக்குமாட்டமிருக்குது. ஏன்டா டீவில ஏதாவது சொன்னாங்களா? தண்ணி வேற ரெண்டு கொடம்தான் இருக்குது. துணி தொவைக்கத் தொட்டில தண்ணி வேணும்."

"மழ பலமா புடிச்சிகிச்சிம்மா கொஞ்சம் கொறையட்டும் போயிட்டு வாறேன்." "ஊரெல்லாம் இன்னிக்கி ஒரு சந்தி. மழ விட்டா எல்லாரும் தண்ணிக்கி வந்துடுவாங்க. போயி ஒரு நாலு கொடம் மட்டும் போர்ல அடிச்சிகிட்டு வந்துடேன்" என்றாள். ஒரு நிமிடம் நின்று யோசித்தாள். உள்ளே போய் கோணியை எடுத்து கொங்கடை போட்டுக்கொண்டு போய் பாத்திரம் துலக்க உட்கார்ந்தாள். "ஏம்மா மழை பேஞ்சிக்கிட் டிருக்குது அப்பறம்தான் வெளக்கலாமில்ல." "மழையப் பாத்துகிட்டிருந்தா வேலையாவாது."

மழையைப் பார்த்தான். தூறிக்கொண்டிருந்த மழை இப்பொழுது சோவெனப் பெய்துகொண்டிருந்தது. சைக்கிளை எடுத்து வெளியே நிறுத்தி, பிளாஸ்டிக் குடங்களில் கயிறை மாட்டினான். "டேய் வேலு அந்தச் சாக்க எடுத்துத் தலையில மாட்டிகிட்டுப் போ இந்த மழையில நனைஞ்சி எதாவது

வந்தரப் போவுது." "அதெல்லாம் ஒண்ணும் வேணாம்மா பரவால்ல" என்றுவிட்டு சைக்கிளை எடுத்தான். இரண்டு நடை கொண்டு வருவதற்குள் உடம்பெல்லாம் ஊறிவிட்டது. அம்மா "டேய் போதும் விடு துண்டு எடுத்துத் தலைய தொவட்டு" என்றாள்.

இன்னும் பாத்திரங்கள் கொல்லையெங்கும் பரவிக் கிடந்தது. "ஏம்மா நாந்தான் கழுவித் தரட்டுமா" என்றான். "நீ அந்தக் கதவையெல்லாம் கழுவி விடு" என்றாள். இப்போது மழை நின்றுவிட்டது. வேலு பாத்திரத்தில் தண்ணீர் வைத்துக் கொண்டு கதவுகளைத் துணியில் நனைத்துத் தேய்த்தான். பசி கிறுகிறுவென்று வந்தது. அப்பா இருந்தால் நாங்க போய் தேங்கா பழம் வாங்கிகிட்டு வந்துடறோம் என்று கடைவீதிக்குக் கூட்டி வந்து அவனின் விரதம் இருக்கும் முடிவை எப்படியாவது உடைத்துவிடுவார். பழம் சாப்பிடு, பால் சாப்பிடு, எளனி சாப்டலாம் சாப்டு என்று எதையாவது அவனைச் சாப்பிட வைத்துவிடுவார். வேறு நாட்களில் அவனும் அப்பாவும் கடைவீதிக்குப் போனால் சில்லி சிக்கன் அல்லது பொறித்த நண்டு சாப்பிடுவார்கள். புரட்டாசி மாதம் ஆரம்பித்த பின் கடைவீதிக்குப் போனால் காளி பிளவர் சில்லி மசாலா சமோசாதான் சாப்பிடுவார்கள். கறிக் கடைப் பக்கம் திரும்பிக் கூடப் பார்க்கமாட்டார்கள். அந்த மாதத்தில் கறிக் கடைகள் எல்லாம் காற்று வாங்கிக்கொண்டுதான் இருக்கும். ஒரு சந்தி விட்ட பின்னால் கூட புரட்டாசி மாதம் முழுவதும் கவிச்சி சேர்க்கமாட்டார்கள். இப்போது அப்பா ஞாபகம் அவனைக் கூர்மையாகத் தாக்கியது. கண்கள் கலங்கின. அம்மா பார்த்தால் அவளும் அழ ஆரம்பித்துவிடுவாள். சட்டென எழுந்து உள்ளறைக்கு ஓடினான். ஒரு நிமிடத்தில் அம்மாவின் குரல் கேட்டது. கண்ணீர் லேசாக முடியாமல் உள்ளேயே விம்மியது. "வேலு டேய் என்னடா ஆச்சி மாமா அளூவுதுன்றான் குமாரு." "ஒண்ணுமில்லமா எதோ பூச்சி பட்ரிச்சி." "பூச்சா. எங்க காட்டு" என்று அன்னாந்து கண்களுக்குள் தீர்க்கமாகப் பார்த்து ஊதினாள். "போய் சாப்டுறியா?" "வேணாம்மா." "பரவால்லடா. கல்யாணம் ஆவாதவங்களுக்கு விரதமெல்லாம் ஒண்ணும் கணக்கில்ல." "இல்லம்மா" என்றுவிட்டு மீண்டும் கதவைத் தேய்க்கப் போனான். அம்மாவும் எதையோ நினைத்துக்கொண்டு கண் கலங்கினாள். அவனுக்கும் பெண் பார்த்துக்கொண்டே இருக்கிறார்கள். இன்னும் ஒரு இடமும் நம்பிக்கை தரவில்லை. அவனுக்குக் கல்யாணம் நடக்குமா என்று அவளுக்கே சந்தேகமாகிவிட்டது.

சுலோசனா வந்து "பேய் குமாரு வாடா வீட்டுக்குப் போலாம்" என்றாள். "நான் சாமி கும்டுட்டு வறேன்" என்றான். "ஏன்டா உங்க ஆயா திங்க எதாவது குடுத்தாளா" என்றாள். "இன்னிக்கி நா ஒரு சந்தி" என்றான். "அமா ஒரு சந்தி இருக்கிற மூஞ்சப் பாரு. ஏம்மா இவன்தான் ஒரு சந்தி இருக்கறவனா." "நா என்னடி பண்ணட்டும் சொன்னா கேக்கமாட்டேங்கறான். ஆமா லீவு இல்லைன்னு குமாரு சொன்னான்." அவள் கேள்வியைக் காதிலேயே வாங்கிக் கொள்ளாமல் குமாரின் கையைப் பிடித்து இழுத்துக்கொண்டு போனாள். "ஏன்டி துணி தொவைக்க வர்றியா எனக்கு ஒடம்புக்கு ஒரு மாதிரி இருக்குது." "எனுத அப்பிடியே வைய்யி. நாளைக்கி வந்து தொவைச்சிக்கிறேன்" என்று விட்டுப் போய்விட்டாள். ராணிக்கி ஒரே மலைப்பாய் இருந்தது. காலும் இடுப்பும் கடுகடுவென வலித்தது.

சுலோசனாவைப் பற்றிய சிந்தனையோடே துணி துவைக்க உட்கார்ந்தாள். கல்யாணத்துக்கு முன்பெல்லாம் எல்லா வேலையையும் சுலோதான் செய்வாள். கல்யாணத்துக்கு முன் யாரையாவது நினைத்துக்கொண்டிருந்தாளோ என்ன இழவோ தெரியவில்லை. புருசன் வீட்டில் சீமந்தம் வரைக்கும் தான் இருந்தாள். குமார் பிறந்ததும் கூட்டிப் போக வந்தவர்களிடம் தனியாக வீடு பார்த்துக் குடித்தனம் வைத்தால் வருவேன். இல்லாட்டி வேண்டாம் என்று விட்டாள். அவர்களும் ஆறு மாதம் ஒருவருடம் பார்த்தனர். இவள் அப்பாவும் எவ்வளவோ சொல்லிப் பார்த்தார். இவளும் கேட்கவில்லை அவர்களும் கேட்கவில்லை. கடைசியில் மகளிர் காவல் நிலையத்தில் புகார் சொன்னால் பெண் சொல்கிறபடி தனியாக வீடு வைத்ததுதான் ஆக வேண்டும். அப்படியாவது போய் பிழைக்கட்டும் என்றார்கள். மகளைக் கூட்டிக்கொண்டு மகளிர் காவல்நிலையத்திற்குப் போய், மாப்பிள்ளையின் பேரில் புகார் கொடுத்தார். அவர்கள் மாப்பிள்ளையையும் மாமியாரையும் கூட்டிக்கொண்டு வந்து காது கூசும்படி கேட்கக் கூடாததெல்லாம் கேட்டு, அவளைக் கூட்டிக்கொண்டு தனியே போய்ப் பிழைக்குமாறு சொன்னார்கள். மாப்பிள்ளையும் மாமியாரும் ஒருவரை ஒருவர் பார்த்துக்கொண்டு அழுதார்கள். அவர்கள் முகத்தைப் பார்க்கவே ராணிக்கு வேதனையாய் இருந்தது. ஒரு மாதத்தில் தனிவீடு பார்த்து சந்தோஷமாய்தான் கூட்டிப்போனார்கள். சுலோ ஒரே வாரத்தில் திரும்பி வந்துவிட்டாள். அவங்கூடயெல்லாம் இனிமே இந்த ஜென்மத்துல பொழைக்க முடியாது என்று விட்டாள். அவளுக்குப் போட்ட இருபது பவுன் நகையை

மத்தியஸ்தர்களை வைத்துப் போய்க் கேட்டதற்கு எனக்கு இந்த ஒண்ணுமத்த கல்யாணத்துக்கு ரெண்டு லட்ச ரூபாய் செலவு. அதுக்கும் இதுக்கும் சரியா போச்சி என்றுவிட்டார் சம்மந்தி. இவர் மறுபேச்சு பேச வழியில்லாமல் வந்துவிட்டார். அன்றிலிருந்து அவருக்கு உடல் விழ ஆரம்பித்துவிட்டது. பாதி பாதியாய் நரைத்திருந்த தலை சுத்தமாய் வெளுத்து விட்டது. பிரஷரும் சுகரும் ஏறிவிட்டது. "ராணி ஏங்க இப்படி மனசு விட்டுட்டா எப்படி இன்னும் ஒரு பையன் இருக்கானே அவனை அம்போன்னு விட்டுடலாம்னு நினைக்கிறீங்களா?" என்றாள். அவர் மகனைப் பற்றி ஒரு நிமிடமாவது நினைத்தாரா என்னவோ தெரியவில்லை. மகள் மீதுதான் அத்தனை பாசம். அவளுக்கு உடையென்ன நகையென்ன பலகாரம் என்ன பிடித்தது பிடிக்காதது என எதைப் பார்த்தாலும் மகளுக் கென்று வாங்கி வருவார். அப்படிப்பட்ட அப்பனைப் பார்த்து அவள் கேட்டாள் 'சீ நீயெல்லாம் ஒரு அப்பனா ஒரு நல்லவனா பாத்துக் கட்டிவைக்கத் துப்பில்ல.' அந்தக் கேள்வி அவர் உடலின் ஒவ்வொரு அணுவிலும் நஞ்சாய்ப் புகுந்து அவரைச் சீரழித்துவிட்டது. சரியாக ஒரு வருடத்தில் அவருக்கு ஒரே மாதத்திலேயே மூன்று அட்டாக்குகள் வந்தன. மூன்றாவது அட்டாக்கில் அவர் பிரேதமாகத்தான் வீட்டுக்கு வந்தார். அவர் சாவதற்கு ஒரு வாரத்துக்கு முன்னால் வீட்டில் சுரைக் கொடி கூடை கூடையாய்ப் பூத்தது. அப்போதே ராணிக்கு திகில் விழுந்துவிட்டது.

அவர் ஈபீயில் டிரைவராய் இருந்தார். ரிடைய்டுக்கு முன்பே இறந்துவிட்டதால் வாரிசு வேலைக்கு வேலு பேரில் எழுதிப்போடலாம் என்று நினைத்தாள். ஆனால் சுலோசனா நான்தான் எழுதிப் போடுவேன் என்றாள். வேலு படித்த படிப்புக்கு கவர்மெண்ட் வேலையெல்லாம் தானே கிடைக்கு மென்று எதிர்பார்க்க முடியாது. இப்படியாவது அவன் ஒரு வேலையில் சேர்ந்துவிட்டால் அவன் கல்யாணத்தைப் பற்றிய கவலையை வென்றுவிடலாம் என்று அவள் நினைத் திருந்தாள். ஆனால் சுலோ ஒரேயடியாய் இப்படித் திரும்பிக் கொண்டாள். தான் வாழவெட்டியாய் ஒரு பையனை வைத்துக்கொண்டு கடைசி காலத்தில் என்ன செய்யவது என்றாள். ராணிக்கு என்ன செய்வது என்று தெரியவில்லை. அவளிடம் இருந்த ஒரே ஒரு துருப்புச் சீட்டை இறக்கினாள். வீடு அவள் பெயரில் இருந்தது. ஏன்டி இன்னைக்கி வேலைக்கும் எழுதிப் போட்டுட்டு நாளைக்கு வீடும் எனக்குதான் வேணும்னு கேக்கக் கூடாது. எது வேணுமோ இப்பயே யோசிச்சிக்க என்றாள். சுலோ இரண்டு நாள் கழித்துவந்து வீட்டை

தன் பெயருக்கு உடனடியாக எழுதி வைக்கும்படி கேட்டாள். இல்லாவிட்டால் அவள் மனம் மாறி வீட்டையும் மகன் பேருக்கே எழுதி வைத்துவிடுவாள் என்று ஒரே பிடியாய் ரிஜிஸ்டர் ஆபீஸிக்கு இழுத்துக்கொண்டு போனாள். அம்மா எக்ஸ்போர்ட் கடைக்கு வேலைக்குப் போய்விடுவதால் வீட்டில் பெரும்பாலான வேலைகளை அவளே செய்ய வேண்டி இருப்பது குறித்து அவளுக்கு எப்போதும் ஆத்திரமாய் இருந்தது. சும்மா உட்கார்ந்து டிவி பார்க்கப் போரடிக்கிறது என்று ஜெராக்ஸ் கடைக்கு வேலைக்குப் போக ஆரம்பித்து விட்டாள். அங்கே போய்விட்டு வந்ததும் வீட்டு வேலைகள் எதைப் பற்றியும் கண்டுகொள்ளாமல் தூங்குவதும் புத்தகம் படிப்பதுமாய் அவள் பொழுதுகள் கழிந்தன. ராணி எப்படியோ போகட்டும் தன் மீது விழுந்து பிடுங்காவிட்டால் சரி என்று விட்டுவிட்டாள். ஓரளவு சுமூகமாக இருந்தவளுக்கு மீண்டும் கிறுக்கு பிடித்துக்கொண்டது. வேலுக்கு இருபத்தியேழில் பெண் பார்க்க ஜாதகத்தை எடுத்தவுடன் தம்பி பொண்டாட்டி வந்து நாளைக்கி என்னை ஒரு கேள்வி கேக்கற மாதிரி நான் இங்க இருக்கமாட்டேன். நான் தனியாப் போறேன் என்றாள். “வர்றவ எப்பிடின்னு இப்பவே எப்பிடிடித் தெரியும். கல்யாணந்தான் ஆகட்டுமே அப்புறம் சரியில்லைன்னா தனியாப் போய்க்கலாம்” என்று ராணி எவ்வளவோ தூரம் சொன்னாள். அவள் கேட்கவில்லை. பிடிவாதமாய்ப் பக்கத்துத் தெருவுக்குத் தனியாகப் போனாள். ஆனாலும் குமார் பெரும் பாலும் இங்கேதான் விளையாண்டு கொண்டு இருக்கிறான் நல்லவேளை அவனையும் ஒரேயடியாக வீட்டோடு நிறுத்திக் கொள்ளவில்லை. சுலோவைப் பற்றிய நினைவுகள். ஆரம்பித்தால் முடிவே இருக்காது. ஒவ்வொரு நாள் நடந்தவைகளும் துலக்க மாய் மனதில் ஓடிக்கொண்டே இருக்கும். இடுப்பில் மின்னல் மாதிரி எழுந்த வலிதான் அவளைச் சுய உலகத்துக்குப் பிடித்து வந்தது.

சுலோசனாவை நினைத்துக்கொண்டே துணிகளைத் துவைத்துவிட்டாள். பெட்சீட் ஜமக்காளத்தைத் தூக்க முடிய வில்லை. இடுப்பு கத்தரித்துப்போட்ட மாதிரி வலித்தது. சோர்வு கண்களில் தாண்டவமாடியது. கொடியில் துணிகளை விரிக்கும் போது மீண்டும் தூறல் பிடித்துக்கொண்டது. ஈரத் துணிகளை வீட்டுக்குள் போட இடமில்லை. கிடக்கட்டும் மழை விட்டு காயும்போது காயட்டும். குமார் பிடித்து வந்து ஊற்றிய தண்ணீர் எல்லாம் துணி அலசி காலியாகிவிட்டது. “இன்னும் தண்ணிக்குப் போவனுமாம்மா” என்றான். “வேண்டாம் நேரமாயிடும். இருக்கறத வச்சி சரி பண்ணிக்கலாம். நீ அந்த

ஷெல்ப் அலமாரியெல்லாம் தொட" என்றுவிட்டு சாணியை வாலியில் கரைத்தாள். "ஏன்டா நல்ல சாணியா இல்ல. இதென்ன வழவழங்குது, வெறும் கடலக் கொடியா திண்ணிருக்குமாட்ட மிருக்குது." கரைத்ததைக் கைகளில் அள்ளி அள்ளிவிட்டாள். நிறமே கப்பாக இருக்குது. இதுல வலிச்சா எடுப்பா இருக்காது. என்ன பண்றது கடலக்கா சீசனு இப்ப எல்லா மாட்டு சாணியும் இப்பிடித்தான் இருக்கும். மனமொப்பாமல் துணியைப் போட்டு சாணியை நனைத்துத் தரையை வழிக்க ஆரம்பித்தாள். வழித்து முடித்து எழுந்தபோது இடுப்பு பளிச்சென வெட்டியது. மணி மூன்று. தண்ணீரே காற்றாய் வடிவெடுத்த மாதிரி வெளியெங்கும் அடர்த்தியாய் ஜில்லிப்பாய் இருந்தது. திண்ணையை முதலில் வழித்திருந்தாள். அது மட்டும் வெளிக் காற்றுக்கு ஓரளவு காய்ந்திருந்தது. ஈரம் காயாமல் உள்ளே நடமாட முடியாது. வீடெல்லாம் கால் தாரை திட்டுத் திட்டாக ஆகிவிடும். ராணி அசந்து போய் திண்ணையில் படுத்துவிட்டாள். ஒரு சந்தி இருப்பவர்கள் விரதத்தின் போது தூங்கக் கூடாது என்பதை நினைத்துக்கொண்டே சுழன்று கொண்டு வரும் கண்களைக் கட்டுப்படுத்த படாத பாடு பட்டாள். அரை மணி நேரம் கழித்து சுலோ வந்து என்னம்மா ஆச்சா என்றாள். இடுப்பு வலிக்குதுடி என்றுவிட்டு தண்ணி ஊத்திகிட்டியா என்றாள். காலைலயே குளிச்சிட்டனே என்றவளிடம் அந்த வெங்காயத்தை தொலிச்சி காய்ங்கள அரியேன் என்றாள். சுலோ அடுக்களைக்குள் புகுந்துகொண்டாள். போவினியில் தண்ணீர் காய்ந்துகொண்டிருந்தது. "அம்மா தண்ணி காஞ்சிகிச்சி எந்திரிச்சி ஊத்திக்க" என்றாள். தண்ணீர் ஊற்றிக்கொண்டால் வலி கொஞ்சம் சுமாராய் இருக்கும். ராணி எழுந்து "ஒரு சந்திக்கி ஆக்க அந்த பித்தாளக் கொடத்துல ஒரு கொடம் தண்ணி பிடிச்சிகிட்டு வந்தீனா நா வந்ததும் ஒல வச்சிரலாம்" என்றுவிட்டு தண்ணீர் விளாவினாள். சுலோ குடத்தை எடுத்துக்கொண்டு தண்ணீர் பிடிக்கப் போனாள்.

குளித்துக்கொண்டு வந்ததும் "டேய் வேலு கதவு நெலவுல யெல்லாம் பொட்டுப் போடு, குமாரு நீ போயி துளசி பறிச்சிகிட்டு வா. நாய் துளசி தெரியுமில்ல அதயேது பறிச்சி கிட்டு வந்துடாத. சுலோ அவரக்கா கிள்ளிட்டியா பீக்கங்காய சொரண்டு நா ஒரு அடுப்புல பச்சப் பயிற போட்டுட்டு ஒவ்வொன்னா தாளிக்கிறேன்" என்றுவிட்டு அடுப்பைப் பற்றவைத்தாள். மணி நாலு ஆகிவிட்டது. இந்த வருடம் ஐந்து ஐந்தரைக்கெல்லாம் ஒரு சந்தி விட்டுவிடலாம். ராணி மளமளவென்று வேலைகளைக் கவனிக்க ஆரம்பித்தாள். வேலுவும் குமாரும் முன்பே குளித்துவிட்டார்கள். குளித்த

பின் பசி இன்னும் அதிகமாகிவிட்டது. வயிற்றுக்குள் யாரோ கையை விட்டு குடல்களை இழுத்துப் பிடித்துக்கொண்டிருப்பதைப் போல இருந்தது. பச்சைப் பயிறின் மனம் சமையலறையில் சுழன்றுகொண்டிருந்தது. ஐந்து காய்களின் கதம்ப வாசனை அவன் பசியைக் கிண்ணென்று தூக்கிக் கொண்டிருந்தது. குமார் ஓடைக் கரையில் இருந்து துளசி பறித்துக்கொண்டு வந்து வைத்துவிட்டு மீண்டும் விளையாடப் போய்விட்டான். “இந்தப் பையன் செத்தங்கூறி சும்மா இருக்குதா பாரு டேய் குமாரு” என்று வீட்டுக்குள்ளிருந்தே கத்தினாள் ராணி.

காய்களை அரிந்துவிட்டு சுலோ போய்விட்டாள். திரும்பி வருவாள் என்று ராணி எதிர்பார்த்துக்கொண்டிருந்தாள். ஆனால் சமையல் வேலை முடிந்தும் அவளைக் காணவில்லை. வீடு எல்லாம் சுத்தமாகவும் திருத்தமாகவும் இருந்தது. கைப்பிடித் துணிகளைக் கூட அலசிப் போட்டிருந்தாள். என்றுமில்லாத விவரிக்க முடியாத ஒரு மெருகில் வீடு ஒளி வீசியது. கொடியில் துணிகள் மழையில் நனைந்து கனத்துக் கிடந்தன. இன்று விடிந்ததிலிருந்தே பொழுதைப் பார்க்க முடியவில்லை. மோடம் இன்னும் கருங்கும்மென்று இருந்தது.

வேலுவும் குமாரும் எல்லா வாசல் நிலவுகளிலும் மஞ்சளைக் கரைத்துப் பூசி நாமக்கட்டியை உரைத்துப் பொட்டு வைத்து அதன் மேல் சிவப்பு வைத்து முடித்து விட்டனர். வேலு கதவுகளில் மஞ்சள் வட்டம் வரைந்தான். நிலா அளவுக்குக் கச்சிதமாக வரைந்த வட்டத்தில் குழைத்த நாமத்தையும் சிவப்பையும் இடவலமாக மேல் கீழாக மூன்று மூன்று பொட்டுகள் வைத்தான். சாமி கும்பிடும் இடத்தில் சுவரில் மஞ்சள் வட்டம் வரைந்து நாமம் இட்டான். சுண்ணாம்பு சுவர் என்பதால் வட்டம் சிவப்பாக ஆகிவிட்டது. கிட்டதட்ட பூஜைக்கு எல்லாமே தயாராகிவிட்டது. ராணி பெருமாள் படத்தை எடுத்துக் கீழே வைத்து கிள்ளூ சரத்தைச் சாத்தினாள். வேலுவும் குமாரும் சாம்பிராணிக் கரண்டியில் கரியைப் போட்டு நெருப்பை உண்டாக்க விசிற ஆரம்பித்தார்கள். ராணி குத்து விளக்கை ஏற்றிவிட்டு மூன்று இலைகளைப் போட்டு படையல் தயார் செய்தாள். இலையின் மேல்புறம் காய்வகைகளை வரிசையாய்ப் பரிமாறிவிட்டு பச்சரிசி சாதத்தை வைத்து வட்டமாக அழுத்தினாள். சோறு முழுநிலா மாதிரி இலையில் கிடந்தது. அதில் நடுவில் சிறிதாக குழிசெய்து பச்சைப்பயிறை ஊற்றி வெல்லமும் பழமும் வைத்து நெய் விட்டாள். ஓரத்தில் சாங்கியத்திற்காக கொஞ்சம் ரசமும் தயிரும் விட்டாள். வாழைப் பழத்தில் ஊதுவத்தியைக்

கொளுத்திக் குத்தி வைத்துவிட்டுத் தேங்காயைப் புகையில் காட்டி உடைத்து நீரைத் தீர்த்த சொம்பில் பிடித்தாள். “ஏம்மா இந்த வருசம் அஞ்சு மணிக்கெல்லாம் சாமி கும்படலா மாட்டமிருக்குது. போன வருசம் ஏழு மணி ஆயிடுச்சி இல்ல.” “போன வருசமும் நேரமாத்தான் ஆச்சி, உங்க சித்தப்ப மூட்டுப் பையன் சண்முகம் வந்து பெரிம்மா நா நைனாமலைக்குப் போய் சாமி பாத்துட்டு தீர்த்தம் புடிச்சிகிட்டு வாறேன்னான். அப்பவும் நா அதெல்லாம் வேணாம்டான்னேன். இல்ல இல்ல அப்பிடித்தான் மொறையா செய்யணும்னுட்டு போய் ஏழு மணிக்கு வந்தான். அதெல்லாம் அந்தக் காலத்துல முடிஞ்சது இப்ப அப்பிடியெல்லாம் செய்ய முடியுமா சொன்னா பசங்க கேக்கறதில்ல.”

“இந்தாடா குமாரு போய் உங்கொம்மாள வரச் சொல்லு எல்லாம் ரெடியாயிடிச்சி சாமி கும்படலாம்.” “அது வரட்டுமாயா நாம கும்படலாம்.” “ஏன்டா அம்மாவ வரச் சொன்னா இப்பிடி சொல்லிகிட்டு உக்காந்திருக்க. போடா ஒரு ஓட்டம். சீக்கிரம் வரச் சொல்லு” அவன் அப்படியே நின்றான். ராணிக்குப் புதிராய் இருந்தது. ஏன்டா என்றாள்.

அவன் தலையைக் குனிந்துகொண்டே “அம்மா மத்தியானமே கோழிக் கறி வாங்கி தின்னுட்டா” என்றான். ராணி அநிச்சையாய் அவன் முதுகில் அறைந்தாள். “ஏன்டா மத்தியானமே சொல்லல.” அவள் கைகள் நடுங்கின. “அம்மா உள்ள வந்த பின்னால அவ முன்னாடி சொல்றதுக்கு எனக்குப் பயமா இருந்துச்சு” என்றான் அழுதுகொண்டே.

கறியைத் தின்றுவிட்டு அவள் இங்கே நுழைந்து விரதத்துக்குச் சமைக்கத் தண்ணீர் பிடித்து வந்திருக்கிறாள். காய்களை அரிந்திருக்கிறாள். ராணி வெடித்து அழுதுகொண்டே படையலைப் பார்த்தாள். இனிப் பூஜையைத் தொடர்வதா கைவிடுவதா என்று அவளுக்குத் தெரியவில்லை. திரும்பவும் மழை பெரிதாய்ப் பிடித்துக்கொண்டது.

***கணையாழி*,** **செப்டம்பர் 2011**

⁂

மழையை இயக்குபவன்

மழை நன்றாகப் பிடித்துக்கொண்டது. இன்னும் ஐந்து நிமிடங்கள் முன்னே வந்திருந்தால் அவன் வீட்டுக்குப் போயிருப்பான். இன்று மழை பெய்யும் வாய்ப்பு இருக்கிறது என்று நகரத்தில் ஒரு நபர் கூட நினைத்திருக்கமாட்டார். ஆறரை மணிவரைக்கும்கூட பொழுது மக்களின் வியர்வையை சுழற்றி பிழிந்துவிட்டுத்தான் மறைந்தது. இருள் கவிந்த பின்னும் வியர்வையின் அதீதமான கசகசப்பு. கடந்த இரண்டு மாதமாக இப்படித்தான் இருந்துகொண்டிருக்கிறது. இரவின் இருளில் தெரியவில்லை என்றாலும் பஸ்ஸில் வந்துகொண்டிருக்கும்போதே மேகங்கள் குவியத் தொடங்கி விட்டது. எங்கேயோ மழை பிடித்து வந்த குளிர்ந்த காற்றின் சில்லிப்பை பஸ்ஸிலிருந்த அனைவருமே அனுபவித்து மழை பற்றியும் கோடை பற்றியும் ஒரே சமயத்தில் பேச ஆரம்பித்தனர். மழைச் சித்திரம் பஸ்ஸுக்குள் எண்ணற்ற பிரதிகளாக அலைய ஆரம்பித்தது. பஸ் இப்போது மழையை நோக்கிச் சென்றுகொண்டிருப்பதாகப் பட்டது. மழை பிடிப்பதற்குள் வீட்டுக்குப் போய்விடலாம் என்று தான் அவன் நம்பிக்கொண்டிருந்தான். ஆனால் அவன் நிறுத்தத்துக்கும் முதல் நிறுத்தத்தில் துளிகளின் ஓசை கேட்டது. அப்போதுகூட அவனுக்குப் பதற்றம் ஏதும் உருவாகவில்லை. அவனுடைய நிறுத்தம் வரும் சமயத்தில் ஹோ வென்ற மழையின் இரைச்சல் நிலமெங்கும் எதிரொலித்தது. மழை பெய்வது எப்படி இருக்கும்

என்பதுகூட கிட்டத்தட்ட மறந்துவிட்ட நிலையில் உண்மை யாகவே பலத்த மழை வந்துவிட்டதால் பஸ்ஸிலிருந்த வர்கள் முகமெல்லாம் புன்னகையாய் மாறிவிட்டது. அவனும் மலர்ச்சியாய் குதூகலமாய் உணர்ந்தான். குதித்து நிழற் குடைக்குள் நுழைவதற்குள் ஏறக்குறைய நனைந்துவிட்டான். சந்தோஷ உணர்வுகள் இன்னும் அப்படியே இருந்ததால் சிரித்துக்கொண்டிருந்தான். அங்கே அவனைப் போல இன்னும் கொஞ்சம் பேர் நின்றுகொண்டிருந்தனர். யாரென்று தெரியவில்லை. ஆனால் சிரித்துக்கொண்டு மழையில் நனைந்து வருபவனைச் சொந்தம் மாதிரி பார்த்தார்கள். அவர்கள் அப்படிப் பார்ப்பது இருளில் தெரியாவிட்டாலும் உணர முடிந்தது.

அவன் வந்த பஸ்ஸின் சிவப்புப் புள்ளி வெளிச்சத்தை அழித்துவிட நினைத்ததைப் போல மழை இன்னும் வேகம் பிடித்தது. பிரதான சாலையின் இந்த இடத்திலிருந்து ரோட்டைக் கடந்து எதிர் திசையில் ஒரு பர்லாங் உள்நோக்கிப் போனால் தான் அவனுடைய ஊர் வரும். சாலையின் இரண்டு பக்கமும் பாறைகளாயிருந்த நிலங்கள் சமப்படுத்தபபட்டு மனைகள் பிரித்துப் போடப்பட்டிருக்கின்றன. வீடுகள் எதுவும் இன்னும் உருவாகவில்லை.

செல்லை உயிர்ப்பித்து மணி பார்த்தான் எட்டு மணி. எதிர்ப் பக்கப் பாதையை ஏக்கமாகப் பார்த்தான். இன்றைக் காவது நேரத்தோடு வீட்டுக்குப் போகலாம் என்று நினைத் திருந்தான். ஆறு மாதத்தில் இன்றுதான் எட்டு மணிக்கு வீட்டுக்கு வரும் வாய்ப்பு கிடைத்தது. மழைக்கு எதிராக மனம் அலைவுறுவது குறித்துக் குற்ற உணர்வு உண்டானது. பஸ் நிறுத்தத்தினருகே வழக்கமாக எரியும் தெருவிளக்கு எரியவில்லை. கும்மிருட்டாயில்லாமல் கண் தெரியும் அளவுக்கு அங்கே எப்படியோ வெளிச்சமிருந்தது. கனத்த மழைத் துளிகள் சுத்தம் செய்யாத வெள்ளிச் சிதறல்கள் மாதிரி தெரிந்தது. சில கார்களும் லாரிகளும் சென்ற பின் போக்குவரத்து சுத்தமாய் நின்றுவிட்டது. மழைச் சத்தம் ஒரே சீராய் ஒலித்துக் கொண்டிருந்தது. தூரத்தில் திட்டுத் திட்டாய் வீடுகளும் புள்ளி புள்ளியாய்த் தெருவிளக்குகளும் தெரிந்தன. நீண்ட காலம் தொடர்ந்த வெப்பம் இருந்தாலும் மழை காற்றில்லாமல் தான் பெய்தது. காற்று வீசினால் இங்கேகூட நிற்க முடியாது என்று நினைத்து நிம்மதியாய் மூச்சு விட்டான்.

ஏதோ ஒரு விசித்திரமான விலங்கைப் போல சத்தம் கேட்டது. குப்பை மூட்டை மாதிரி லுங்கியைப் போர்த்திக்

கொண்டு ஒருவன் கிடப்பதை இப்போதுதான் கவனித்தான். குடித்திருப்பான் போல இருக்கிறது. சுவாரஸ்யமில்லாமல் பார்வையை மீண்டும் தன்னுடைய வீடு இருக்கும் திசையில் திருப்பிக்கொண்டான். பசித்தது. மழையிலேயே இறங்கி ஓடிவிடலாமா என்று பார்த்தான். அவனால் ஓட முடியாது. காலில் கொஞ்சம் வலி இருக்கிறது. அதுவுமில்லாமல் அவன் இளைஞன்தான் என்றாலும் ஓடும் வயதைக் கடந்திருந்தான். ஓடும் வயதில்கூட அவன் எதற்காகவும் ஓடியதில்லை. எப்படியும் ஐந்து நிமிடம் நடக்க வேண்டும். இவ்வளவு வலுத்த மழையில் நனைந்தால் ஜன்னி வந்தாலும் வந்துவிடும். அவனுடைய மன நிலையைக் கண்டுகொண்ட மாதிரி பக்கத்திலிருந்து "பெய்யட்டும் சார், மழை பேஞ்சி எவ்வளவு நாளாச்சு" என்று குரல் கேட்டது. திரும்பிப் பார்த்தான். இருட்டில் அவர் முகம் சரியாக அடையாளம் தெரியவில்லை. வெள்ளை வேட்டி கட்டியிருந்தார். ஆமாம், அதை எப்படி மறக்க முடியும்? இந்த வருட கோடைக் காலத்தைப் போல ஒரு கடுங்கோடையை அவன் வயதில் இதுவரை பார்த்ததில்லை. வீடு சுண்ணாம்பு சூளை மாதிரி வெப்பமேறிக் கிடந்தது. ஈரச் சாக்குகளை நனைத்துப் போட்டும்கூட அனல் குறையாமல் அவனுக்கும் குழந்தைகளுக்கும் வெப்பக் கொப்புளங்கள் உண்டானது. ஆழ்த்துளையில் தண்ணீர் வடிந்துவிட்டது. வீட்டு ஓனர் சரியாக அரை மணிநேரம்தான் தண்ணீர் எடுக்கவிடுவார். அதற்குள் குளிக்க, துவைக்க என்று சகல தேவைகளுக்குமான தண்ணீரைப் பிடித்து வைத்துக்கொள்ள வேண்டும். அதற்கு மேல் அவர் நினைத்தாலும் வெறும் மோட்டார்தான் ஓடும், தண்ணீர் வராது.

கிட்டத்தட்ட அரை மணிநேரம் எந்தச் சுணக்கமும் இல்லாமல் அசராமல் பெய்துகொண்டிருந்தது. "என்ன சார் இது, மழை விடாது போலிருக்கே" என்ற இன்னொரு குரலைத் திரும்பிப் பார்த்தான். பக்கத்தில் இருந்தவன் கொஞ்சம் அழுத்தமாகவே பதில் சொன்னான்: "பெய்யட்டுமேங்க. ஏங்க, ரெண்டு மாசமா என்னா வெயிலடிச்சது. ஒரு நாள் இந்த மழைய நாம பொறுத்துக்க முடியாதா? பூமி என்னா கானலேறி இருக்குது தெரியுமா? இப்பிடியே விடிய விடிய பேஞ்சாலும் பூமி குளிருமாங்கறது சந்தேகம்தான். இந்த மாதிரி இன்னும் ரெண்டு மழை பெய்யணும்." ஒரு மாதத்துக்கு மழை விடாமல் பெய்தாலும் சகித்துக்கொள்ளத் தயாராய் இருப்பதுபோல அவன் முகம் பொலிவாய் இருப்பது இருட்டிலும் நன்றாகத் தெரிந்தது. லுங்கி ஆசாமி மசமசவென்று எழுந்து உட்கார்ந்து ஒரு நிமிடம் சுற்றும் முற்றும் பார்த்தான். திடீரென்று

ஆவேசம் வந்த மாதிரி "அம்மா பெரியாண்டிச்சி, கொட்டு ... நல்லாக் கொட்டு ... விடிய விடிய கொட்டு" என்று கூச்சலிட்டான். அவன் குரல் வளைக்குள் உப்புக் காகிதமொன்று சுருட்டி வைக்கப்பட்டிருப்பது போலவும் ஒலி அதன் வழியே புகுந்து வருவது போலவும் கரகரவென்றிருந்தாலும் கூர்மையாயிருந்தது. அந்த இடத்தில் திடீரென்று அப்படி ஒரு சத்தம் வேடிக்கையாகவும் ஏதோ ஒரு விதமான நெருடலாகவும் இருந்தது. வெள்ளை வேட்டி அட்டகாசமாகச் சிரித்துக்கொண்டு "அப்படிச் சொல்லுய்யா" என்றார். மற்றவர்கள் சிரித்துக் கொண்டார்கள். இந்த விடிய விடிய என்னும் உளப் பதிவை இந்த ஆள் தேவையில்லாமல் அந்தக் குடிகாரனுக்கு உண்டாக்கி விட்டார். இனி அவன் அதைச் சாதாரணமாய் விடுவான் என்று தெரியவில்லை. மேலும் அதைப் பற்றிப் பேசுவது நெருக்கடியைத்தான் அதிகமாக்கும் என்று நினைத்துக் கொண்டான். வெள்ளை வேட்டி இவனைப் பார்த்து "நமக்கு ஒண்ணும் தெரியல சார். பைப்ல, இல்லாட்டி போர்ல தண்ணி பிடிச்சிக்கறோம். கிராமத்துல பயங்கரமா இருக்குதுங்க. ஆடு மாடுங்களுக்குத் தண்ணி இல்ல, மேய்ச்சல் இல்ல. ஜனங்களுக்குத் தண்ணி இல்ல." அந்த மழையில் அவர் கோடைக் கிராமத்தின் வெப்பப் பகலைச் சாவகாசமாகச் சித்திரம் தீட்ட ஆரம்பித்தார். சலிப்பாய் இருந்தது. தூரத்து வீடுகளை அடையாளப்படுத்திக்கொண்டு தெரிந்த மின் வெளிச்சம் வெடுக்கென மறைந்தது "கரண்ட் ஆப் ஆயிடிச்சி போலிருக்கு" என்றார். இப்போது அது மனித வாடையே இல்லாத பகுதி போன்ற தோற்றத்தை எடுத்தது. இவருடைய பேச்சிலிருந்து வேறு ஏதாவது உளப் பதிவு அந்தக் குடிகாரனால் எடுத்தாளப்படுமா என்று கவனித்தான். ஒன்றுமில்லை. அவன் விடிய விடிய கொட்டு என்பதை மட்டும் திரும்பத் திரும்ப சொல்லிக்கொண்டிருந்தான். வெள்ளை வேட்டியின் தொணதொணப்பைத் திசை திருப்பவோ என்னவோ இன்னொரு ஆள் "எங்க என்ன இருக்குதுன்னு தெரியலையே, இருக்குதா இந்த மழையில எல்லாம் கரைஞ்சிடுச்சா" என்றான். இவன் எல்லாம் கரைந்துவிட்டதைப் போல ஒரு விநாடி கற்பனை செய்து பார்த்துச் சீரற்ற மூச்சால் தடுமாறினான்.

பத்து நிமிடத்தில் அவன் முழுமையான மன இறுக்க அளவை எட்டியிருந்ததைத் திடீரென்று உணர்ந்துகொண்டு வியந்தான். இதனால் என்ன நடக்கப் போகிறது. எப்படியானாலும் மழை விடும்போதுதான் விடும். எத்தனையோ நாள் பதினொரு மணிக்கெல்லாம் திரும்பியதில்லையா? அது மாதிரி நினைத்துக்கொள்ள வேண்டியதுதான். இப்படியான

மன நிலைக்கு வந்தபின் ஒரு சில நிமிடத்தில் அவனுடைய மன இறுக்கம் ஓரளவிற்குத் தளர்ந்தது. அந்த லுங்கி ஆசாமி "கொட்டு, நல்லா கொட்டு. விடிய விடிய கொட்டு . . . அம்மா பெரியாண்டிச்சி" என்று திரும்பத் திரும்பச் சத்தம் போட்டுக் கொண்டே இருந்தான். இந்தச் சத்தத்தில் உண்டான நெருடலின் அவஸ்தையையும் சகிக்க இப்பொழுது பழகிக்கொண்டான். போக்குவரத்து முழுமையாக நின்றுவிட்டதால் அது ஒரு பிரதான சாலையின் அடையாளத்தை இழந்து ஏதோ ஒரு சமவெளியில் நின்றுகொண்டிருப்பதைப் போன்ற உணர்வு ஏற்பட்டது. மழையின் சத்தம் நிலைத்து நின்றுகொண்டிருந்தது. மேலும் இருபது நிமிட சீரான பொழிவுக்குப் பின் மெல்ல மழை வெளிவாங்குவது போல இருந்தது. ஓடிப் பழக்கமில்லை தான். ஆனாலும் ஓடிவிடலாம் என்று அவன் தயாரானான். ரோட்டில் இறங்கி இரண்டு அடி எடுத்து வைத்திருப்பான். பட்டப் பகலாய் ஒரு மின்னல் வெளிச்சம் அவன் உடலை யெல்லாம் துளைத்துக் கொண்டு அடித்தது. அவனுடல் அனிச்சையாய் நிழற்குடை பக்கம் திரும்பிக்கொண்டது. அடுத்த விநாடி ஒரு கடும் இடிச்சத்தம் தலையைப் பிளப்பது போல முழங்கியது. அவனை அறியாத பயத்தில் உடல் ஒருகணம் குன்றி நிமிர்ந்தது. திரும்ப ஓடி வந்து நிழற்குடைக்குள் நுழைந்து கொண்டான். இதயம் ஓட்டமெடுத்துக்கொண்டு ஓடியது. பகலைப் போன்ற மின்னலில் அவன் அந்த லுங்கிக்காரனின் முகத்தைக் கவனித்திருந்தான். அது எந்த மின்னலாலும் துரத்த முடியாத இருளைப் போலக் கறுப்பாய் இருந்தது. "கொஞ்சம் பொறுங்க, என்ன இன்னும் ஒரு பத்து நிமிசம் பெய்யுமா? அட, ஒரு மணிநேரம்தான் பெய்யட்டுமே . . . மழை சுத்தமா விட்ட பின்னால போலாம். இடி வேற பயங்கரமா இடிக்க ஆரம்பிச்சிடுச்சி" என்றார் வெள்ளை வேட்டி. "அதுக்கில்ல, இங்க என்ன பாதுகாப்பு?" "இல்லைதான். அப்பிடிப் பாத்தா எங்கதான் பாதுகாப்பு? வீட்ல மட்டும் என்ன பாதுகாப்பு என்னமோ . . . வெட்டவெளியவிட இது கொஞ்சம் பரவாயில்ல." இவன் மேற்கொண்டு எதுவும் பேசவில்லை. இந்தப் பேச்சு லுங்கிக்காரனைத் தவிர அங்கே நின்றிருந்த எல்லோர் மனதின் நம்பிக்கையையும் அசைத்துவிட்டது. ஒருவேளை இந்த நிழற் குடையின் மீது இடி விழுந்தால்? அங்கே மரண பயத்தின் இதழ்கள் விரிந்துகொள்ள ஆரம்பித்தன. மழை மீண்டும் வலுவாகப் பிடித்துக்கொண்டது. ஒரு மணி நேரம்தான் என்பது மூளையில் உறைக்கவே இல்லை. என்னவோ வாழ்நாள் முழுதும் அங்கே நின்றுகொண்டிருப்பதுபோலச் சலிப்பு சகிக்க முடியாததாய் இருந்தது.

எல்லோரும் மழை பற்றிய கதைகளை மொனமொன வென்று பேசிக்கொண்டிருந்தனர். ஆனால் இப்போது அது கோடையின் கொடுமையைப் பற்றியும் மழையின் தேவையைப் பற்றியும் இல்லாமல் பேய்ந்து கெடுக்கும் மழையின் கதைகளாக உருமாறியிருந்தன. உள்ளார்ந்த பயத்தின் மீது அந்தப் பேச்சுகள் சாம்பல் போர்வையாய்ப் படிந்துகொண்டிருந்தன. அவன் அதில் கலந்துகொள்ளும் விருப்பமின்றி இருந்தான். லுங்கிக் காரன் அசராமல் இன்னும் கத்திக்கொண்டே இருந்தான். இடியும் மழையும் இப்போதைக்கு விடுவதைப் போலத் தெரிய வில்லை... பிரதான சாலை தரிசுக்காடு எல்லாம் ஏகமாய் தண்ணீர் மயமாகிவிட்டது. அவர்கள் முன்பாக கண்ணுக் கெட்டிய வரை ஒரே நீண்ட தண்ணீர் பரப்பு கிடந்தது. தண்ணீரில் பெய்யும் மழையின் ஓசை இப்போது இன்னும் லயமாக ஒலித்தது. இவர்கள் நின்றிருக்கும் நிழற்குடையைத் தொட்டுக்கொண்டு சீரான வேகத்தில் ஓடும் ஓடை ஒன்று உருவாகி சுழிந்தோடியது. ஒரு நதிக்கரை மண்டபத்தில் நிற்பதைப்போல அவர்கள் நின்றிருந்தார்கள். கொஞ்ச நேரத்தில் ஒரு நதியை உருவாக்கிக் காட்டும் இயற்கையை நினைத்து அவனுக்குப் பிரமிப்பாய் இருந்தது. யார் கண்டது, இன்னும் கொஞ்ச நேரத்தில் இங்கே ஒரு வனம் உருவானாலும் உருவாகலாம் என்று நினைத்துக்கொண்டான்.

லுங்கி ஆசாமியின் குரல் கம்மிவிட்டது என்றாலும் கத்தலை விடவில்லை. வெள்ளை வேட்டி "இவன் வேற சும்மா இருக்கமாட்டான் போல இருக்குது" என்று சலித்துக் கொண்டார். அவருடைய ஆர்வமெல்லாம் மழையோடு சேர்ந்து கரைந்து விட்டது போலிருக்கிறது.

"இவனாலதான் சார் மழை நிக்கமாட்டேங்குது" என்றார் ஒருவர். அவனுக்கு என்ன நினைப்பது என்றே தெரியவில்லை. மூன்று நாட்களுக்கு மழை விடாமல் பெய்தாலும் அவன் மனதில் அப்படி ஒரு சிந்தனை வருமா என்று யோசித்தான். மனிதர்கள் எப்படியெல்லாம் சிந்திக்கிறார்கள். "இவனை ஒரு அஞ்சு நிமிசம் கம்முனு இருக்கச் சொல்லுங்க. நாம வீட்டுக்குப் போயிரலாம். அதுக்கப்புறம் விடிய விடிய என்ன, ரெண்டு நாளைக்குக் கூடப் பெய்யட்டும்." தன் கண்டுபிடிப்பை மேலும் வலிமையாக்க அந்த ஆள் தொடர்ந்து குரல் கொடுத்தான்.

வெள்ளை வேட்டி இன்னும் ஒரு அடி இவனருகில் வந்து "அந்த ஆளு சொல்றது நிசம்தான் போல இருக்கு. சார், நல்லா கவனிச்சுப் பாருங்க. மழை லைட்டா கொறை

யுறப்போ இவன் சத்தம் போடுறான். உடனே மழை இன்னும் கனமா பிடிக்குது" என்று சொல்லி இவனோடு சேர்ந்து மழையைக் கவனிப்பது மாதிரி மௌனமாக நின்றார். பிறகு "என்ன சார் அப்படித்தானே" என்றார். இவன் சிரித்துக் கொண்டே "அப்படித்தான் போலிருக்கு" என்றான். சத்தமான பேச்சுகள் முணு முணுப்பாகி அதுவும் தேய்ந்து மௌனம் அங்கே தானே கவிந்துவிட்டது. "ஒன்னரை மணி நேரமா மழை விடாம பேஞ்சிகிட்டிருக்குது" என்பதுதான் அங்கே ஒலித்த கடைசிக் குரலாய் இருந்தது. வெறும் மழைச் சத்தத் தோடும் அந்த ஒற்றை மனிதனின் கூச்சலோடும் மேலும் கொஞ்ச நேரம் கழிந்தது.

காற்று பனிக்காலத்தைப் போல மிகக் குளிர்ந்துவிட்டது. அவன் உடல் விழித்துக்கொண்டு வெப்பக் குமிழ்களைவிட ஆரம்பித்தது. கிறக்கமான அவசத்தில் மனம் வீழ்ந்தவாறே உடலுறவு நிகழ்வுகளை மின்னலடித்துக் காட்ட ஆரம்பித்தது. அவன் ஒரு கணம் மழையை மறந்து கனவில் ஆழ்ந்தான்.

மௌனம் தாங்க முடியாததாய் இருந்தது. யாராலும் இயல்பாய் ஒரு வார்த்தை பேச முடியவில்லை. காலமும் உலகமும் எல்லாவித அடையாளங்களையும் கலைத்து விட்டு வெறும் மழையாக உறைந்துவிட்டதைப் போல அவர்களுக்குள் ஒரு பீதி இறங்கியது. லுங்கி ஆசாமி எதைப்பற்றியும் கவலைப் படாமல் கத்திக்கொண்டே இருந்தான். "அம்மா பெரியாண்டிச்சி, கொட்டு. நல்லா கொட்டு... விடிய விடிய கொட்டு." கடைசியாக ஒரு ஐந்து நிமிடம் அவனும் மௌனமாகிவிட்டான். மழை கண்டுபிடிக்க முடியாத அளவுக்குக் குறைவதை அதன் சுருதி குறைந்த சத்தம் காட்டிக் கொடுத்தது. அதற்காகவே காத்திருந்தது போல லுங்கி ஆசாமி கத்த வாயைத் திறந்தான் அதே விநாடியில் வெள்ளை வேட்டிக்காரன் ஆவேசமாய் அவன் நெஞ்சுமேல் எட்டி உதைக்க, விக்கென்ற சத்தத்தோடு ஓடையில் உருண்டான். லுங்கி நிழற் குடையிலேயே நின்றுவிட்டது. பயங்கர மின்னல் அவன் ஆடை எதுவுமின்றி இருப்பதைப் பார்த்துவிட்டு அவிந்தது. மழை இன்னும் பலமாகப் பிடித்தது. நதி அவனை மெல்ல மெல்ல உருட்டிக்கொண்டிருந்தது.

உயிர்மை, பிப்ரவரி 2011

*

சபிக்கப்பட்ட நிலம்

வீட்டின் மேல் கணாங்குப் புற்களைப் போட்டிருந்ததால் வெப்பம் எதுவும் உள்ளே தெரிய வில்லையென்றாலும் வெளியே நெல்லைப் போல் காய்ந்து கிடந்தது ஊர். குடத்தை எடுத்துக்கொண்டு வீதியில் இறங்கியபோது இம்மியளவும் மேகங்களற்ற வானத்திலிருந்து சூடான கண்ணாடி இழைகளாக வெய்யில் நிலமெங்கும் பின்னிக் கிடந்தது. பச்சை நிறக்குடம் ஒரு இலையைப் போலவும் சிவப்பு நிறக்குடம் ஒரு பூவைப் போலவும் அவள் கைகளில் இழைந்து வர அப்போதுதான் குளித்திருந்ததால் புதுமையாகவும் குளிர்ச்சியாகவும் இருந்தவளின் இடுப்புவரை கூந்தலில் மைபோல ஈரம் அடர்ந் திருக்க, அவளுடைய குளிர்ச்சியைத் தீண்டி, அவிக்க முடியாமல் வெயில் அனல் காற்றாகி மரங்களை அசைத்தது.

மேல மங்களம் கிராமமெங்கும் கொன்றை மரங்கள் நிறைந்திருந்தன. கோடைக்காலத்தில் கொன்றை பூத்து நிலமெங்கும் மஞ்சள் மலர்களால் மூடிக்கிடந்தது. ஊர் முழுவதும் பந்தலைப் போலக் கொன்றையின் நிழல் இல்லாமல் அங்கொன்றும் இங்கொன்றுமாக இருந்ததால் கோடையின் தகிப்பு சரளமாக ஊருக்குள் புழங்கியது.

சரளைக் கல் சாலையைத் தாண்டி பஸ் ஸ்டாப்பிலிருந்து கொஞ்ச தூரம் மெயின் ரோட் டிலேயே போனால் குடிதண்ணிக் கிணறு. பஸ் ஸ்டாப்பில் நல்ல சிவத்தின் டீக்கடை வெயிலுக் குள்ளும் குளிர்ச்சி தக்கவைக்கப்பட்ட இரண்டு

இருட்டு அறைகளுடன் வாசலில் தண்ணீர் தெளிக்கப்பட்டு வானில் மிதந்து செல்லும் ஒரு நீர் மேகம் போல இருந்தது.

பஸ் ஸ்டாப் இருந்தாலும் அந்த ஊருக்கு இரண்டு முறைதான் பஸ் வந்தது. காலையில் ஏழு மணிக்கு மேல் மங்களத்திலிருந்து செவந்தியாபுரத்துக்குக் கிளம்பிச் சென்றது. ராத்திரி எட்டு மணிக்கு மீண்டும் செவந்தியாபுரத்திலிருந்து வரும் பஸ் இரவு அங்கேயே தங்கிவிட்டு மீண்டும் காலை ஏழு மணிக்குக் கிளம்பும்.

காந்தன் டீயைக் குடித்துக்கொண்டு சரளைக் கல் சாலையையே பார்த்துக்கொண்டிருந்தான். தூரத்தில் மலர்க் கொடி குடங்களை ஏந்திக்கொண்டு வந்தாள். அவன் மனதுக்குள் இகழ்வின் நுரைச்சல் ததும்புவது பக்கத்திலிருந்த லிங்கத்துக்கும் தெரிந்து அவனும் அந்தக் கண்களைப் பின்பற்றிக்கொண்டு சரளைக்கல் சாலையைப் பார்த்து "அவ நடையப் பாரு" என்றான். "தேவிடியாளப் போல" என்று காந்தன் முடித்தான்.

தன்னைச் சில கண்கள் காய்ச்சிய கம்பியைப் போலத் துளைத்துப் பார்ப்பதை அவளும் அறிவாள். திருத்தமான முடிப்பும் எடுப்பான உடையும் நறுவிசான தோற்றத்தையும் கண்டு மலைக்கும் இவர்களைப் பார்க்க அவளுக்குப் பாவ மாகவே இருந்தது. ஊர் முழுவதைப் பற்றிய இந்த அலட்சிய மான மனோபாவம் அவளைப் பற்றிய மிக மோசமான சித்திர மேகமாய் ஊரின் வானம் முழுவதும் கவிந்திருந்தது.

சின்னையன் அவள் ஊரான பேட்டவாய்த்தலைக்குப் பெண் கேட்டு வரும்போது அவன் ஊர் இவ்வளவு கிராமமாக இருக்கும் என்று அவள் நினைக்கவில்லை. அவன் முகத்தில் கிராமத்தின் சுவடு எதுவும் இல்லை. கல்யாணத்தின் போது கூடத் தலைவாராமல் நைய்ந்த சேலையைச் சுற்றிக்கொண்டு சடைபிடித்தத் தலைகளோடு வந்த பெண்களைக் கண்டு அவளுக்கு வியப்பாய் இருந்தது. அந்த ஊருக்கு ரொம்ப தூரத்திலிருந்து கட்டப்படும் பெண் இவள்தான். அதுவும் டவுன்காரி. அந்த ஊர் எந்த நூற்றாண்டில் வாழ்ந்துகொண் டிருக்கிறது என்று அவளுக்குக் குழப்பமாய் இருந்தது. ரேடியோவையும் ஸ்டவ் அடுப்பையும் பார்த்தால் காலம் சரியாகத்தான் போய்க்கொண்டிருப்பதாகத் தோன்றினாலும் பொதுவாகப் பார்க்கும்போது சந்தேகமாய் இருந்தது.

மலர்க்கொடியின் கணவன் தேசமெங்கும் சுற்றித் திரிய அனுமதிபெற்ற லாரியை எடுத்துக்கொண்டு வேறுவேறான நிலங்களை வேறுவேறு காலங்களில் கடந்தபடி கனவில்

திரிபவனைப் போலத் திரிந்துகொண்டிருந்தான். மலர்க் கொடிக்குப் பூமியெங்கும் கால் பரந்து வானில் மிதக்கும் அவன் கண்களைப் பிடிக்கும். பொதுபொதுவென ஊராமல் கல்லில் செதுக்கியெடுத்ததைப் போன்ற அவனின் கட்டுடலைப் பிடிக்கும். ஆனால் அவன் ஒரு முறை வண்டியேறினால் திரும்பி வீடு வருவதற்குக் குறைந்தது மூன்று மாதத்திலிருந்து ஆறு மாதம் வரை ஆகும். வந்தால் ஒருமாதம் வரை இருப்பான். அவளுக்கு அந்த மாதம் ஒரு நாளைப் போல ஒரு கனவைப் போலப் போய்விடும். பின் அவள் அந்த நினைவுகளைத் தாங்கியபடி மற்ற நாட்களைக் கடந்துகொண்டிருப்பாள். அவளுக்குச் சில சமயம் தான் கணவன் என்கிற ஒரு கனவைக் கண்டுகொண்டிருக்கிறோமா என்று சந்தேகமாக இருக்கும். இரும்பைப் போல இறுகிய உடலோடு ஒரு நாள் அவன் கனவிலிருந்து எழுந்து வந்தவனைப் போலவே வருவான். அப்போது மோகத்தின் கூரிய நகத்தால் நார்நாராய் அவனைக் கிழித்துத் தின்றுவிட வேண்டும்போலப் பொங்கி வரும் வெறியை அவள் வகையின்றிக் கவனித்துக்கொண்டிருப்பாள். அவளை அவனுக்குத் தெரியும் சூட்டில் ஸ்கலிதமாகும் உடலோடு அவன் வரும்போது ஒரு அருவியைப் போல அவனை அணைத்துக்கொள்வாள். திருமணமாகி ஒரு வருடம் ஆகிவிட்டாலும் காமத்தின் மலர்கள் புத்தம்புதியவையாய் வெறிபிடித்துப் பூத்துக் கொட்டிக்கொண்டிருந்தன. திருமணம் முடிந்த பத்தே நாளில் அவன் வண்டியேறிவிட்டான். திரும்ப ஆறுமாதம் கழித்து வந்தான். இவள் எப்படி ஆற்றியிருக்கிறாள் என்பதே ஊரின் மாபெரும் கேள்வியாய் இருந்தது. இந்தப் பகட்டும் மினுக்கும் கொண்டவள் நிச்சயமாக எப்படிப்பட்ட வளாய் இருப்பாள் என ஊர் ஏற்கனவே முடிவு செய்திருந்தது. தங்களுடைய ஆண்மையின் சின்னமாய் அவளிடம் தான் போய்விட்டதாகச் சவடால் பிடித்த இளம் பையன்கள் கூறத் தொடங்கி ஆறுமாதமாகிவிட்டது. இப்போது கல்யாணமான நடுத்தர வயது ஆண்களும் அவளுடன் தான் படுத்துவிட்ட தாகப் பேசிக்கொள்வது புதிய வழக்கமாகிவிட்டது. அவள் ஒரு காமப் பிசாசு என்றும் மோகினியைப் போலத் தன்னைக் கொன்றுவிடும் நோக்கில் அவள் உறவுகொண்டதாகவும் தன்னுடைய திறமையினால் அவளை வென்று கட்டுப்படுத்தி வெளியேறி வந்ததாகவும் இனி எட்டு ஆண்டுகளுக்குத் தான் உடலுறவைப் பற்றி நினைத்துப் பார்க்கப் போவதில்லை யெனவும் அவர்கள் பேசித் திரிந்தனர்.

பெண்கள் அவளிடம் பேசுவதைக் கல்யாணம் ஆகிவந்த புதியதோடே விட்டுவிட்டனர். அவளுக்கு எப்போதும் அமைதி

யான குணம் என்பதால் எதையாவது வேலையில்தான் கவனமாய் இருப்பாளே தவிர பேச்சுக்கு ஆள் இல்லையே என எப்போதும் கவலைப்படமாட்டாள். மற்ற பெண்களுக்கும் அவளுக்கும் இடையே பச்சைத் தாவரங்கள் பட்டுப்போகும் படியான பகை வளர்ந்திருந்தது. மலர்க்கொடி அதை ஓரளவு ஊகித்திருந்தாலும் அந்தப் பெண்களின் வன்மத்தின் ஆழத்தை அவள் ஒருமுறைகூட அறிந்ததில்லை. முப்பத்தேழு வயதில் விநாயகம் நோய் பீடித்துச் செத்தபோது அதற்குக் காரணம் மலர்க்கொடிதான் என்று பேச்சு பரவியது. பெண்கள் ரோட்டில் போகும்போது இவள் வீட்டு வாசலில் காறித் துப்பிவிட்டுப் போவதும் ஆன்மாவிலிருந்து வெளியேறும் ஆங்காரமானச் சொற்களைப் பற்களைக் கடித்துத் தடுத்த படியும் கடந்தனர். விநாயகத்தின் பெண்டாட்டி அவள் வீட்டு வாசலைக் கடந்திருக்கும் ஆலமர மூட்டில் உட்கார்ந்து கொண்டு நாள்பூராவும் பேரைச் சொல்லாமல் அழுது மண்ணை வாரி வீசிச் சபித்துக்கொண்டிருந்தாள்.

மலர்க்கொடி எப்படியோ அதை யூகித்துவிட்டாள். பூங்கா வனத்தின் வன்மம் தன்மீதுதான் என்று நினைத்துப்பார்க்கவும் அவளால் முடியவில்லை. அவள் தன்னைத்தான் சபித்துக் கொண்டிருந்தாள் என்பதையும் அவளால் புரிந்துகொள்ள முடியவில்லை.

அடுத்த வாரத்தில் மலர்க்கொடியின் புருசன் வந்து விட்டான். அன்று முழு நிலா நாள். வானம் மேகமற்றிருந்தது. ஊர் அடங்கியபோது மலர்க்கொடியின் வீட்டில் மெல்லிய பேச்சொலி கேட்டுக்கொண்டிருந்தது. பெண்ணின் பேச்சரவம் மெல்ல மெல்ல அதிகரித்துக்கொண்டிருந்தது. ஒரு கட்டத்தில் அவளின் ஆவேசமான கூச்சல் மர்மமான மொழியின் பேய் போல வீட்டுக் கூரையிலிருந்து ஊரெங்கும் சிதறியது. தலை முடிகள் முதுகெங்கும் குழைந்துகிடக்க அவள் வீட்டிலிருந்து கக்ககப்பட்டதைப் போலத் தெருவில் வந்து விழுந்தாள். அவளுக்கு அவ்வளவு பெரிய குரல் இருக்கும் என அப்போது தான் ஊருக்குத் தெரிந்தது. "பாவி மக்களே என்னையா தேவடியான்னீங்க. அடப்பாவி மனுசனே உனக்குத் தெரியாதா? நான் பத்தினி அல்லவா? உன்னைத் தவிர ஒருத்தனுக்கு நான் முந்தி விரிச்சிருப்பனா? ஐயோ இந்த ஊர் நாசமாப் போகட்டும்" என்றலறி மண்ணை வாரி நான்கு திசைகளிலும் அடித்தாள். ஊரே மௌனமாய் இருந்தது. எல்லாத் திசை களிலிருந்தும் மேகங்கள் வந்து வானை மூடின. "இந்த ஊர் அவிஞ்சி போகட்டும். மண்ணெல்லாம் பொரிஞ்சி போகட்டும்." ஊர் பெரிய மனிதர்கள் அங்கே கூட ஆரம்பித்தனர். அவர்கள்

அவள் செவுனியில் அறைந்து இழுத்துச் சென்று காட்டில் போட்டுவரத் தயாராயினர். அப்போது வானிலிருந்து முதல் துளி விழுந்தது. இளைஞர் கூட்டதிலிருந்து காதைப் பிய்க்கும் விசில் ஒன்று பரந்தது. அவள் ஆங்காரத்தோடு வானத்தைப் பார்த்தாள். தூறல்கள் விழ ஆரம்பித்தன. அவள் கண்களைத் தாழ்த்திக்கொண்டு மேற்குப் பக்கமாக ஊரை விட்டு வெளியேற ஆரம்பித்தாள். மழை கணத்துப் பிடித்துக்கொண்டாலும் ஈவிரக்கமற்ற ஆண்களும் பெண்களும் ஆடிக்கொண்டும் கூச்சலிட்டுக்கொண்டும் அவளைத் துரத்திக்கொண்டு வந்தனர். ஊர் எல்லையைத் தாண்டியும்கூட அவர்கள் துரத்திக் கொண்டு வந்தனர். அவள் வெறி பிடித்தவள் போலத் தலையைக் குனிந்து நடந்துகொண்டே இருந்தாள். அவளுக்குள் அக்கினியின் குழம்பு தகிக்க உடல் தீப் பிழம்பாய் நகர்ந்துகொண்டிருந்தது.

அப்படி அவள் எத்தனை தூரம் நடந்திருப்பாள் ஒரு பேயைப் போல. அவளுக்குப் பின்னே ஒரு லாரி ஊர்ந்து வந்து நின்றது. கைலியும் வட்டக் கழுத்துப் பனியனும் அணிந்த டிரைவர் இறங்கி அவளுக்குக் குறுக்கே வந்தான். அவன் கண்களில் வழிந்த காமம் அவள் முகத்தைப் பார்த்ததும் இருந்த இடம் தெரியாமல் போனது. "யாரும்மா நீ ஏன் இந்த நேரத்துல இப்படித் தனியா இந்த வனாந்தரத்துல போயிகிட்டு இருக்க. வா வந்து வண்டியில ஏறு உன்னைக் கொண்டுபோய் டவுன்ல விட்டுற்றேன்". அவள் எதுவும் பேசவில்லை. வண்டியில் ஏறி உட்கார்ந்துகொண்டாள். வண்டி மூன்று மணி நேரமாய்ப் போய்க்கொண்டிருந்தது. அவள் எதுவும் பேசவில்லை. உக்கிரக் கோலத்தில் அமர்த்தி வைக்கப் பட்ட சிலை மாதிரி வந்தாள். நகரத்தில் அன்லோடிங் செய்ய வண்டியை நிறுத்தினான். அவள் இறங்கி அங்கேயே நின்றாள். அவன் அவளை அழைத்துக்கொண்டு சாக்கடைப்புறத்துக் குடிசைகள் நிறைந்த வீதிக்குள் அழைத்துச்சென்றான். அங்கே எவளிடமோ எதுவோ பேசி ஒரு குடிசைக்குக் கூட்டிப் போனான்.

மலர்க்கொடி பக்கத்துக் குடிசையிலிருந்த பெண்ணோடு டையிங் கம்பெனிக்கு வேலைக்குப் போனாள். வாரத்துக்கு ஒரு தடவை, பத்துநாளைக்கு ஒரு தடவை அவன் வரும்போது அவள் தலை சீவிப் பூ வைத்துக்கொண்டாள். அவன் அவளிடம் நெருங்கி வரும்போது மௌனமாக இருந்தாள். மழையில் தன்னை ஊர் சனம் துரத்தி வந்த காட்சி அவள் மனதில் அப்போது ஓடும். கண்ணீரோடு ஒரு முறை அவனை அணைத்துக்கொண்டாள். அவர்கள் கணவன் மனைவியாக வாழ்ந்தபோதும் அவள் ஒரு வார்த்தைகூட அவனிடம்

பேசவில்லை. திடீரென அவன் வருவது நின்று போய்விட்டது. அவனுக்கு என்ன ஆனது இவளிடம் இருந்த ஈடுபாடு குறைந்து விட்டதா அல்லது செத்துப் போய்விட்டானா எதுவும் தெரியவில்லை. அவன் வருவதில்லை எனத் தெரிந்ததும் மற்றவர்கள் வர ஆரம்பித்தார்கள். அவர்களோடெல்லாம் இவள் சகஜமாகப் பேச ஆரம்பித்தாள். கொஞ்ச நாளிலேயே அவள் அந்தக் குப்பத்தின் மிகப் பிரபலமானவளாக ஆகி விட்டாள்.

பால மரங்களும் இச்சி மரங்களும்கூடப் பொறிந்து போயிற்று. கொன்றை மரங்கள் இருந்த இடம் தெரியவில்லை. சூரிய ஒளியில் தீயைக் கரைத்துவிட்டது மாதிரி வெயில் வீசுகிறது. மண்ணின் மங்கிய நிறம் வெளுத்து வெண்நிறமாகி விட்டது. ஐந்து வருடங்களாக மழை பொய்த்த பூமியில் கானலின் வாசம் நாசியைத் தீய்த்தது. மக்கள் ஊரைவிட்டுப் போய்விட நினைத்தாலும் அவர்கள் போகும் ஊரில் அவர்களைத் தண்ணீர்ப் பஞ்சம் சூழ்கிறது. மழை மேகங்கள் வெளுத்த வேட்டியைப் போல மாறிவிடுகிறது. மீண்டும் அவர்கள் சொந்த ஊருக்கே வந்துவிடுகின்றனர். இந்த நிலத்துக்கு ஒரு சாபம் உண்டாகிவிட்டது. அது என்ன சாபம் என்று ஒவ்வொருவருக்கும் தெரியும். எப்படியென்றால் அந்தச் சாபம் ஏற்பட்டுச் சரியாக ஐந்து வருடங்கள் ஆகிறது. வயக்காட்டு வெள்ளாமை மேட்டுக்காட்டு வெள்ளாமை ஆகியது. அதுவும் முடியாமல் மாமரங்களும் இலவ மரங்களும் நிலத்தில் பரந்தன. அந்த மரங்களும் கானலுக்குத் தாங்காமல் விறகுகளின் வனமாகிவிட்டது. இப்போது நீரோட்டம் மனித உடல்களில் தான் இருக்கிறது. அந்த மனிதர்களும் வற்றலைப் போலச் சுருங்கிவிட்டார்கள். உடல் நீர்மையின்றிச் செத்த மாட்டுத் தோலைப் போல வறண்டு காண்கிறது. அந்தச் சாபத்தைப் போக்க அவர்களும் தங்களின் சக்திக்கு முடிந்ததையெல்லாம் செய்துவிட்டார்கள். மழையெல்லாம் அவள் விட்ட கண்ணீராக. மலர்க்கொடி அந்த ஊரை விட்டுப் போன காட்சியை ஒருவராலும் மனதை விட்டு நீக்க முடியவில்லை. அந்த மழையைத் தங்களின் அங்கீகாரமாக அவர்கள் தப்புக்கணக்குப் போட்டுவிட்டதால் அதைக் கொஞ்சம் அதிகமாகவே கொண்டாடிவிட்டனர். அந்த மழைதான் அந்த ஊரின் கடைசி மழை என்று யாருக்கும் தெரியாமல் போய்விட்டது.

கொஞ்சகாலம் மலர்க்கொடியைத் தேடித் திரிந்தனர். வீடு வீடாக அரிசி வாங்கி மழைக் கஞ்சி காச்சினார்கள். நாய்க்கும் கழுதைக்கும் தவளைக்கும் என எல்லாவற்றிற்கும் திருமணம் செய்துவைத்துப் பார்த்தார்கள். ஒரு இளம்

பெண்ணை நிலாவுக்குக் கல்யாணம் செய்துவைத்தார்கள். அவர்களின் முட்டாள் தனத்தை அடையாளம் காணவே உலகம் கண்ணைத் திருப்பியதே அன்றி அவர்களின் தண்ணீர்ப் பிரச்சினைக்கு அது எந்தத் தீர்வையும் அளிக்கவில்லை. உலகத்தின் தீர்வை அவர்கள் எதிர்பார்க்கவும் இல்லை. உலகில் எங்கெல்லாம் சாபத்தைப் போக்கும் நடைமுறைகள் உள்ளனவோ அதையெல்லாம் தெரிந்துவந்து செய்தனர். சாப நிவர்த்திக்கான பயணம் முடிவற்றதாய் நீண்டுகொண்டு இருக்கிறது. மலர்க்கொடி சமாதானம் ஆகாமல் மழை பெய்யாது என்றார் சின்னாம்பதி. அவளை எங்கே போய்த் தேடிச் சமாதானம் செய்வது என்று அவர்களுக்குத் தெரியவில்லை. அவள் புருசன் சின்னையனைக் கேட்டார்கள். அவன் எனக்கு மட்டும் எப்படித் தெரியும் என்றான். சாமியாடியிடம் குறி கேட்க முடியவில்லை. அந்த நிகழ்வுக்குப் பின் என்ன பூசை வைத்தாலும் யாருக்கும் சாமி வருவதில்லை. பேய்களும் ஓடிவிட்டன. ஒரு வேலை மலர்க்கொடி செத்துவிட்டாளோ என யோசித்து அவளுக்குச் சின்ன மாடம் வைத்துக் கோயில் கட்டினர். எதுவும் நடக்கவில்லை.

ராயன் ஊருக்குத் திரும்பி வந்ததைத் தங்களின் நல்ல காலத்தின் வருகையாக ஊரார்கள் நினைத்தார்கள். அவன் வந்தவுடன் பருத்த மழை மேகம் ஒன்று ஊரின் மீது நிழலிட்டு விட்டுச் சென்றது. மிருகத் தோள்களும் தாவர வேர்களும் நிறைந்த பச்சிலை வாசம் வீசும் ராயன் வீட்டுக்குச் சின்னாம்பதி வந்து இப்படிப்பட்ட நிலையை எப்படி மாற்றுவது எனக் கேட்டார். ராயன் சோழிகளை உருட்டியும் பூஜை செய்தும் குறிபார்த்தும் கணக்கிட்டும் "மலர்க்கொடி இன்னும் உயிரோடு தான் இருக்கிறாள். செத்தபின் ஆன்மாவைச் சாந்தி செய்து விடலாம். உயிரோடிருப்பவளின் ஆன்மாவைச் சாந்தி செய்வது கடினம். அவள் உள்ளுக்குள் இன்னும் பசுமையான அக்னியின் ஊற்று அவியாமல் இருக்கிறது. அவள் தெக்குத் திசைப்பக்கம் பெரு நகரத்தின் விளிம்பில் இருக்கிறாள். குளிர்ந்த பார்வையும் தன்மையான பேச்சும் சமாதானமும் கொண்ட யாராவது ஒருவனை அவளிடம் அனுப்பி அவளின் மன்னிப்பைக் கோருங்கள். அவள் மன்னித்தால்கூட அவள் மூட்டிய அக்கினி அணைவது சிரமம்தான். என்றாலும் முயற்சித்து சரிசெய்து விடலாம்" என்றார்.

மாணிக்கம் தெற்குத் திசைப் பக்கமாக ஒவ்வொரு ஊராக பஸ்ஸில் கடந்துகொண்டிருந்தான். கடலுக்குள் வீசப்பட்ட கடுகைத் தேடுவது போன்றது தன்னுடைய வேலை என்று நினைத்தான். சமாதானமான முக அமைப்பு அந்த ஊரில்

யாருக்கும் இல்லை. மலர்க்கொடியைத் தேடக் கிளம்பத் தயாராய் இருந்த பத்துப் பேரை ராயன் அழைத்துப் போய் ஒரு மண்டலம் அவர்களைச் சாந்தி சமாதானம் என உச்சாடனம் செய்வித்தான். இப்பொழுது அவர்களின் முகங் களில் குளிர்மையும் சாந்தியும் அமைதியும் தோன்றுவதைப் போல இருந்தது. சமாதானத்தின் ஆவி அந்த ஊரில் இறங்கவே அஞ்சுகிறதாகவும் இது நடுத் தணலில் குளிர் நீரைக் கொண்டு வரும் முயற்சிக்கு ஒப்பானதென்றும் கூறினான். உண்மையான சாந்தியும் சமாதானமும் அவர்களிடம் முழுமையாக வர வில்லையென்றாலும் அப்படி ஒரு தோற்றத்தையாவது கொண்டு வர முடிந்ததாகவும் இதைக் கொண்டுதான் சமாளித்தாக வேண்டும் என்று கூறி அவர்களை அனுப்பி வைத்தான். எங்கே எந்த இடத்தில் தேடுவது என்பது மிகக் குழப்பமான ஒன்று என்றும் உள்ளுணர்வின் துணைகொண்டே அதைச் செய்ய முடியும் என்றும் உள்ளுணர்வைப் பின்பற்றுவது எப்படியென்றும் ராயன் அவர்களிடம் சத்தியப் பிரமாணம் வாங்கிக் கொண்டு சொல்லிக்கொடுத்தான்.

நகரத்தின் விளிம்பு எது என்று அவனுக்குத் தெரியவில்லை நகரம் ஒரு மாய வலைபோல் விரிந்துவிட்டது. கொஞ்ச தூரம் நகரம் போலவும் வெளிபோலவும் குழப்பமாக இருந்த பகுதியில் அவனுக்குத் தீவிரமான உள்ளுணர்வு ஏற்பட்டது. அங்கே அவன் இறங்கிக்கொண்டான். அந்த இடத்தின் நான்கு வீதிகளையும் சுற்றி ஒரு காய்கறிச் சந்தையில் வந்து நின்று கொண்டான். குளிர் கால வெயிலின் தீவிரத்தை மீறியும் குளிர் விடாப்பிடியாக உடலைத் தொற்றியிருந்தது. தடை செய்யப்பட்ட காலத்துக்குள்ளிருந்து வெளிப்படுபவள் போலத் திடீரென அவள் வெளிப்பட்டாள். மார்க்கெட்டைச் சுற்றிக் கொண்டிருக்கும் ஆண்களோடு சவாகாசமாகப் பேசிக்கொண்டு தனக்கு ஒரு டீ வாங்கிக்கொடுக்கும்படி அவர்களில் ஒருவனிடம் சண்டைபோட்டாள். மாணிக்கத்திற்கு மூச்சு உள்ளுக்குள்ளேயே சுருண்டுகொண்டது. அன்று தன்னை ஒரு கேடுகெட்டவளாக நினைத்த ஊருக்கு இவள் இட்ட சாபமா ஊரை இன்னும் ஆட்டிப் படைக்கிறது. இன்று இவள் இப்படி இருக்க சாபம் மட்டும் அப்படியே இருக்கிறது. காலக் கணக்கின் விந்தைகளை மனதுக்குள் நினைத்தவனாக அவளை நெருங்கி மலர்க்கொடி... என்றான்.

அவள் அடிபட்டவளைப் போல அவனைப் பார்த்தாள் "யாரு நீ எங்கிருந்து வர்ற. மேல் மங்களத்தானா?" என்றாள். ஆமாம் அவன் பணிவைக் கைவிடாதவனாய்க் கிட்டத்தட்ட நடுங்கியவனாய் தன்னிடமிருந்து சமாதானத்தைப் பரவ

விட்டவனாய் ஒடுங்கி நின்றான். அவன் கோலத்தைக் கண்டு அவள் விக்கித்து நின்றாள். "உனக்கு என்ன வேணும்." ஊரே சேர்ந்து மழையில் ஆட்டமாடி விசிலடித்துத் தன்னைத் துரத்திய காட்சி அவளுக்குள் வெப்பமாய் விரிந்தது. "மலர்க்கொடி உன் சாபம் எங்க ஊரைத் தீண்டிருச்சி. அதுக்கப்புறம் மழையில்லை. எங்க ஊரில மழை பேஞ்சி அஞ்சி வருசமாச்சி. ஊரே பாலைவனமா போயிடுச்சி. நீ மனசு வெச்சி எங்களுக்கு மன்னிப்புத் தரணும். எங்க ஊருக்குள்ள காலடி எடுத்து வைக்கணும்."

மலர்க்கொடிக்கு என்னவென்றே தெரியவில்லை. வெடித்துக் கொண்டு அழுகை வந்தது. திடீரென்று மார்க்கெட்டுக்குள் அவள் கதறி அழுவதைப் பார்த்து ஆண்கள் அங்கே கூடினர். என்ன ஆச்சு. மாணிக்கத்தை அடிக்க அவர்கள் நெருங்கினர். அவன் பணிவைக் கைவிடாதவனாய்க் கை கூப்பித் தலை வணங்கி நின்றான். மலர்க்கொடி "அவனை விட்டுப் போங்கடா அப்பால" என்று கத்தினாள். அவன் கையைப் பிடித்து இழுத்துக்கொண்டு தூரமாய்ப் போனாள். "அப்பக் கடவுள் கூட என்னைக் கைவிட்டுட்டாரேன்னு எனக்கு எவ்வளவு ஆத்திரமும் அவமானமுமாய் இருந்தது தெரியுமா? அப்புறம் எனக்குக் கடவுள்மேல நம்பிக்கைகூடப் போயிடுச்சி. இப்ப நான் அவுசாரியாவே போயிட்டேன். என்னோட சாபம் இன்னுமா நிக்குது. அதெல்லாம் ஒண்ணுமில்ல எல்லாம் சரியாப் போயிடும்போ" என்றாள்.

மாணிக்கம் திரும்ப ஊருக்குள் வந்து தான் மலர்க்கொடியைச் சந்தித்ததைச் சொன்னான். அவள் மன்னிப்பை அறிவித்த பின் வந்த மழைக் காலத்தை மக்கள் நம்பிக்கையுடன் எதிர்பார்த்திருந்தனர். ஆனால் அந்த மழைக் காலத்திலும் மழை அந்த ஊருக்குள் கருவாகவில்லை. ராயன் மீண்டும் சோழிகளை உருட்டிக் கணக்கிட்டான். அவள் மனதில் சமாதானத்தை ஏற்படுத்திக்கொண்டாலும் அவளுக்குள் மூண்டுவிட்ட அக்கினியை அவளாலேயே உணரவும் முடியாது அவிக்கவும் முடியாது. அதற்கு அவளுடைய மரணம் மட்டுமே தீர்வாக இருக்க முடியும். அவளைப் பலியிடுவதைத் தவிர நமக்கு வேறு வழியில்லை என்றான்.

ஏற்கனவே அவளின் சமாதானம் ஊருக்குள் மழையைக் கொண்டுவரும் என்ற ராயனின் வாக்குப் பொய்த்துப் போனதில் அவன்மீது நம்பிக்கை இழந்திருந்த ஊர்த் தலைவர் இந்த முடிவை நம்பத் தயாராயில்லை. சாபத்தோடு கொலைப் பழியும் பெண் பாவமும் ஊருக்கு வந்து சேரும் எனப்

பயந்தார். ராயன் பல நாளாக அவரிடம் பேசி அவர் மனதை மாற்றினான். சொத்துக்காகச் சகோதரனின் குடும்பத்தைக் கொன்றிருந்த ஜம்புவை இந்த வேலைக்காக அனுப்புவதென்று முடிவானது. ஜம்புவிடம் ராயன் விளக்கமாக ஒரு தடவைக்கு நூறு தடவை பேசிவிட்டான்.

அதாவது இவனை அவள் பார்க்கக் கூடாது. பார்த்தாலும் மேலமங்களத்துக்காரன் எனத் தெரியக் கூடாது. அவள் புரிந்துணர்வை எட்டுமுன்னே நிமிடத்தில் காரியத்தை முடித்து விட வேண்டும். அவள் புரிந்துகொண்டுவிட்டால் அதற்குப் பிறகு சபிக்கப்பட்ட இந்த ஊரும் இதன் மக்களும் சாவதைத் தவிர வேற வழியில்லை. ஜம்பு கிளம்பிச் சென்ற பிறகு அவளுக்காக எடுப்பிக்கப்பட்டிருந்த கோயிலில் பிரம்மாண்டமான பூஜைக்கு எல்லா ஏற்பாடுகளும் செய்யப்பட்டுக்கொண்டிருந்தன. ஊர் மக்கள் எல்லோரும் அங்கே கூடியிருந்தனர். பலியிட ஆடும் கோழியும் தயாராய் இருந்தது. அவன் விடியற்காலையிலேயே அவள் ஊரைச் சேர்ந்திருப்பான். அவன் திரும்பி வரவேண்டும் காரியம் வெற்றியானால் பூஜை தடபுடலாக நடக்கும். மேளக்காரர்கள் தயாராய் இருந்தனர். திடீரென்று வானின் நான்கு பக்கங்களிலிருந்தும் மழை மேகங்கள் பாய்ந்து வந்தன. ராயன் வானத்தைத் தீவிரமாகப் பார்த்து ஊர்த்தலைவரிடம் சொன்னான். “என்ன நம்ப மாட்டேன்னிங்களே காரியம் முடிஞ்சது போல இருக்குது. மேகத்தப் பாருங்க” என்றான். ஊர் மக்கள் வானத்தைப் பார்த்தபடி ஊற்சாகம் கொண்டனர். பூஜைக்கான ஏற்பாடுகள் புயல் வேகத்தில் நடந்தன. மேளக்காரர்கள் காதைக் கிழிக்க ஆரம்பித்தனர். தீபாராதனை தொடங்குவதற்குள்ளேயே தூறல் ஆரம்பமாகிவிட்டது.

*

திரும்புதல்

கருங்கும்மென்று இருள் சூழ்ந்திருந்தது. செந்தில் படுத்துக்கொண்டே கண்களை ஓட்டினான். எல்லையில்லாமல் எங்கும் நிறைந்த மையிருள். தான் அதில் ஒரு திட்டாய் மிதந்து கொண்டு எங்கேயோ போய்க்கொண்டே இருப்பதாக உணர்ந்தான். பயமாய் இருந்தது. கண்களை மூடிக்கொண்டான். கண்களை மூடுவதும் திறப்பதுமான உணர்வுதான் வித்தியாசப்பட்டதேயன்றி இருட்டில் எந்த வித்தியாசமும் இல்லை.

அந்த இருட்டிலும் ஒரு காட்சி மனசுக்குள் வெளிச்சமாய்ப் படர்ந்திருந்தது. நினைவுகள் காட்சியை உயிர்ப்பித்துக்கொண்டேயிருந்தன. காட்சியும் அவனோடு இருள் வெளியில் மிதந்தது. கோபம் போன்ற உணர்வு வெறி, காட்சிக்குப் பின்னாலிருந்து பொங்கிப் பரவியது. அது அவனுக்குள் நிறைந்து அவனைக் கடந்து இருளுக்குள் பரவி விரிந்தது.

மனக் காட்சியில் அவனுடைய அம்மாவும் சிவசண்முகமும் பேசிக்கொண்டிருந்தார்கள். சாதாரணமாக இருந்தாலும் அதில் வேறு ஏதோ இருப்பதுபோல் தெரிந்தது. செந்திலுக்கு அதைச் சொல்லத் தெரியாவிட்டாலும் புரிந்துகொள்ள முடிந்தது. சாயந்திரம் பள்ளிக்கூடம் விட்டு வரும்போது மேய்ச்சல் ஆடுகளை ஓட்டிக் கொண்டு அம்மாவும் அவனோடு வந்தாள்.

சிவசண்முகம் எங்கிருந்தோ சைக்கிளில் வந்தான். அம்மாவும் அவனும் மொனமொனவென்று ஏதோ பேசினார்கள்.

செந்திலுக்கு மூச்சு வெப்பமாய் வந்தது. தூக்கம் வருவதற்கான அறிகுறி எதுவும் தெரியவில்லை. இருளும் காட்சியும் முடிவில்லாமல் மிதந்துகொண்டிருந்தன. புலன்களும் நினைவுகளும் அரை உணர்வு நிலைக்குப் போயிருந்தாலும் அவன் தூங்கிவிடவில்லை. இருட்டில் நுட்பமான சலனம் கேட்டதும் மிகக் கூர்மையாக விழித்துக்கொண்டான். மூச்சை அடக்கிக் கொண்டான்.

வீட்டின் பின்கதவுத் தாழ் நுட்பமாக நீக்கப்பட்டது. இடைவெளியில் நிலவொளி நீள் சதுரத் துண்டாய் விழுந்தது. முடிவற்ற இருள் வெறும் மனப் பிரமையாய் மாறிவிட்டது. வெளிச்சத்தைக் குறுக்காக வெட்டிக்கொண்டு ஓர் உருவம் திடுமென உள்ளே வந்தது. கதவு மூடியது.

இருள் மீண்டும் சூழ்ந்துவிட்டது. இது முன்பு மாதிரியான இருள் அல்ல. செந்திலுக்கு மூச்சு முட்டியது. படுக்கையிலிருந்து எழுந்து உட்கார்ந்தான்.

"அம்மா ... அம்மா ..." குரல் வெளிப்பட்டதும் அமைதி மேலும் அமைதியாகியது. எங்கிருந்தோ, "என்னடா" என்றது அம்மாவின் எரிச்சலான குரல்.

"தண்ணி வேணும்."

"சனியம் புடிச்சவனே! தூக்கத்துல என்ன ஒனக்குத் தண்ணி. படுக்கும்போதே குடிக்கறதுக்கென்ன? இரு கொண்டாறேன்."

"அம்மா ... ஏ விடிபல்பு போடல." எதுவும் பதிலில்லை.

"லைட்டப் போடு. நாம் போயி தண்ணி குடிக்கறேன்."

லைட் போடும் சத்தம் கேட்டது. பச்சை நிற வெளிச்சத்தில் வீடு கண்டு பிடிக்கப்பட்டதைப் போல் இருந்தது. எல்லையற்ற இருள் வெளியில் தேடிக் கண்டு பிடிக்கப்பட்டதைப் போல்.

"ராத்திரியிலெ என்னடா ஒன்னோட ரோதன. அப்புறம் ஒன்னுக்குப் போவணும்னு ஒரு தடவ எழுப்புவ. மனுசி அசந்து தூங்க முடியுதா இந்த வூட்ல." தூக்கம் கலைந்துவிட்டதைப் போல நடித்துக்கொண்டு "இந்தா" எனத் தண்ணீர்ச் சொம்பை நீட்டினாள்.

இவனும் தூக்கத்திலிருந்து எழுந்த மாதிரி மந்தமாய்ப் பார்த்துக்கொண்டு அப்பா எங்கே என்று உள்ளே பார்க்க

முயன்றான். அவள் கடும் குரோதத்துடன் வெடுக்கென அவனைப் பார்த்தாள். தூக்கம் தள்ளுவதைப் போல் பாவனை செய்துகொண்டு படுக்கையில் விழுந்து சுருண்டுகொண்டான். வெளி முற்றத்திலிருந்து அப்பாவின் குறட்டைச் சத்தம் தெளிவாகக் கேட்டது. கொஞ்ச நேரத்தில் லைட் வெளிச்சம் பிடுங்கி வீசப்பட்டது.

○

வாய்க்காலுக்கு ரெண்டு பக்கமும் வரைந்துவிட்டது மாதிரியான அடர்ந்த அருகம்புற்களுக்கு நடுவே தண்ணீர் மௌனமாய் ஓடிக்கொண்டிருந்தது. அது ஓடுவதாய்த் தெரிய வில்லை. கண்ணாடியில் செய்து வாய்க்காலுக்குள் போட்ட மாதிரி இருந்தது. தினமும் பார்த்தாலும் இந்தக் காட்சியின் அதிசயம் பசங்களின் மனதைப் பிசைந்தது. ரங்கராஜன் வாய்க்காலுக்குள் இறங்கினான். பசங்கள் எல்லோருமே அவனைத் தொடர்ந்து இறங்கினார்கள். காலை யாரோ கவ்விப் பிடித்துவிட்டது மாதிரிச் சிரித்துக்கொண்டார்கள். சிரிப்பும் சத்தமும் அதிகமானது.

வாய்க்காலிலிருந்து ஏறி வண்டித் தடத்தில் திரும்பினார் கள். சாயந்திர நேர வெயில் மஞ்சளாய்த் தண்ணீரிலும் நெல் வயலிலும் சிதறி ஜொலித்தது.

பசங்கள் விளையாண்டபடியே போய்க்கொண்டிருந்தார்கள். தட்டானைப் போலக் கைகளை வைத்துக்கொண்டும் கார் வண்டி ஓட்டுவது மாதிரியும் நகர்ந்துகொண்டிருந்தார்கள். விளையாட்டெல்லாம் சின்னப் பசங்களாக வடிவமெடுத்துக் கொண்டு சாலையில் போவது மாதிரி இருந்தது. சுனைக்குப் பக்கத்தில் திரும்பவும் நின்றார்கள். மீன்களின் கூட்டம் வாயைத் திறந்துகொண்டு ஏதோ முணுமுணுத்தது. இவர்களும் ஏதோ பேச ஆரம்பித்தார்கள்.

தூரத்தில் தலைப்பாகை கட்டிக்கொண்டு சிவ சண்முகம் சைக்கிளில் வந்தான். செந்திலுக்கு அவனைக் கண்டதும் நெஞ்சைச் சுற்றி நெருப்புப் பற்றியது. மிகுந்த சிரமத்தோடு சகஜமாய் இருப்பதுபோல் மீன்களைப் பார்த்தான். சிவ சண்முகத்தின் வாட்ட சாட்டமான, உடம்பு பசங்களுக்குப் பிரமிப்பாய் இருந்தது.

எல்லோரும் சொல்லி வைத்த மாதிரி செந்திலை வேறொரு அர்த்தத்தில் பார்த்தார்கள். சும்மா சிரிப்பது மாதிரிச் சிரித்தார்கள். செந்திலால் சிரிக்க முடியவில்லை. மனசுக்குள் எல்லோரது முகங்களையும் முஷ்டியால் தகர்த்தான்.

சிவசண்முகத்தின் சைக்கிள் பசங்களிடம் வந்து நின்றது. "டேய் எல்லாஞ் சேந்துகிட்டு இங்க என்னடா பண்றீங்க?"

"கோயிலுக்குப் போப்போறம்." ஒன்றிரண்டு குரல் கலந்து வந்தது. "பொழுதுசாய ஆச்சி ... இன்னம் வூட்டுக்குப் போவாம ஊரச் சுத்திகிட்டுக் கோயிலுக்குப் போறிங்களா? ஏரியத் தாண்டறதுக்குள்ள இருட்டு கட்டிக்கும். வூட்டுக்குப் போங்கடா. டேய் செந்திலு, வர்றியா சைக்கிள்ல."

இவனுக்கு அப்படியே சாகலாம்போல இருந்தது. பின்னால் பசங்கள் அமுத்தலாய்ச் சிரிப்பது தெரிந்தது.

"நா வல்ல, நீங்க போங்க."

"ஏன்டா? நா அந்தப் பக்கமாதான் போறேன். ஓங்கப்பா ஆசுபத்திரிக்குப் போவணும்னாரே, போயிருப்பாரா?"

பின்னால் எவனோ களுக்கென்றான். செந்தில் உர்ரென் றிருப்பதைப் பார்த்துப் புரியாமல் சிவசண்முகம் சைக்கிளை மிதிக்க ஆரம்பித்தான். உடனே பசங்கள் ஓவென்று குதித்தார்கள்.

செந்திலுக்கு மண்டைக்குள் ஜிவ்வென என்னவோ ஆயிற்று. சட்டெனக் கீழே குனிந்து ஒரு கல்லை எடுத்துச் சிவசண்முகத்தை நோக்கி விசிறிவிட்டான். கல் அதற்காகவே காத்திருந்த மாதிரிப் பறந்துபோய் அவன் பின்மண்டையில் மோதியது. சைக்கிள் கீழே சரிந்தது. பசங்கள் சிதறியோடினார்கள்.

லேசாகக் காற்று வீசிக்கொண்டிருந்தது. சுருட்டை முடிகள் காற்றில் தவிக்கப் பாவாயி திண்ணையில் உட்கார்ந்திருந்தாள். வெற்றிலையை எலும்பு கடிப்பது மாதிரிக் கடித்துக்கொண் டிருந்தாள். அவ்வப்போது திண்ணையோரமாய் எச்சிலை நாராசமாய்த் துப்பிக்கொண்டிருந்தாள். கையருகே புளியஞ்சிமிரு வாட்டமாய்க் கிடந்தது. வாசப் படலோரமிருந்த வேப்ப மரத்தில் காக்காய்களின் கரைச்சல். நேரம் மசண்டை கட்டிக் கொண்டிருந்தது. கந்தையா பீடியை வாயில் கவ்விய படியே அடைய வரும் கோழிகளைப் பிடித்துப் பிடித்துக் கூடையில் மூடினான். இருமல் வந்துகொண்டேயிருந்தது. பீடி விழுந்து விடாதபடி வாயை இறுக்கிக்கொண்டு இருமினான்.

"இந்தா, எதுக்கு இப்பிடிக் காளிவேசம் கட்டிகிட்டு ஒக்காந்திருக்க? பையன் வந்தான்னா மொதல்ல என்ன ஏதுன்னு கேளு."

"மயிர்ல கேளு. அப்பனப் பாரு. மவனப் பாரு. அந்தச் சனியத்தத் துப்பிப்புட்டுதான் இரும்பித் தொலையேன்."

வீதி லைட் போட்டுக் கொஞ்ச நேரம் கழித்து செந்தில் வந்தான். வீட்டுக்குள் போகப் பார்த்தவன் தன் கையருகே வந்ததும் பாவாயி எட்டி அவன் முடியைப் பற்றினாள். பளீர் பளீரெனப் புளியஞ்சிமிரின் சத்தம் கேட்டது. பையன் "ஐயோ" என்று அலறினான்.

கந்தையா ஓடிவந்து பாவாயியை நெட்டித் தள்ளினான். திண்ணையில் மல்லாக்க விழுந்துகொண்டே அவள் கூவினாள். "அடிங் கூத்தியார அவனுக்கு அவ்வளவு ஆச்சா. அவனச் சாவடிக்காம வுடுறதில்ல."

"ஆமா போ." கந்தையா பையனைத் தூக்கி நிறுத்தினான். பையன் துவண்டு உட்கார்ந்தான். கேவல் தாங்கமாட்டாமல் தாடை திணறியது. அதற்குள் மேலெல்லாம் வரிவரியாய்த் தடித்துவிட்டது.

மறுநாள் செந்திலுக்குக் காய்ச்சலடித்தது. சரியாப் போயிடும் என்று எல்லோருமே சாதாரணமாய் இருந்தார்கள். ஆனால், பொழுது ஆக ஆகக் காய்ச்சல் அதிகமானது. கந்தையா அவனை ஆசுபத்திரிக்குப் போகலாமென்று கூப்பிட்டான். செந்தில் மறுத்துக்கொண்டே இருந்தான்.

கந்தையா நரைத்திருந்த பரட்டைத் தலையில் அடித்துக் கொண்டான். அவன் மூக்கில் சளி ஒழுகியது. குரல் குழைந்து கம்ம, "டேய், எந்திரிடா. ஆசுபத்திரிக்குப் போலாம். ஐயோ, காச்சலு கொதிக்குதே. இந்த ராச்சசி எம் மவன அடிச்சே கொன்னுடுவா போலிருக்கே."

"இந்தாய்யா, சும்மா தொறக்காத. அவன் ஒனக்கு மட்டும் தான் மவனா. எனக்கும் மவன்தான். அவன இப்படியே வுட்டா . . ."

"அடி செருப்பால! எந்திரிச்சி போடி தூரமா . . . டேய், நீ இப்ப வர்றியா, இல்ல உன்னத் தூக்கித் தோள்ள போட்டு கிட்டுப் போவணுமா?

செந்திலுக்கு இது ஒரு ரோதனையாய் இருந்தது. அப்பனின் கோபமும் பாசமும் அவனுக்குக் குமட்டியது. "தூரமாப் போயித் தொலை. நா செத்தா சாவறன்" என்று கத்த நினைத்துக் காய்ச்சல் வெறியில் தெளிவில்லாமல் உளறினான்.

"அடாடாடா, இந்தாண்ட வந்து தொலையேன். அவன ஏன் ரோதன பண்ற. ஒன் நோவுக்கே ஒன்னால ஆசுபத்திரிக்குப் போவ முடியாது. நீ அவனத் தூக்கிட்டுப் போறியா? சிவ சண்முகத்துக்கிட்ட சொல்லியிருக்கேன். அந்தாளு டிவிஎஸ் பிப்டில வந்து கூட்டிகிட்டுப் போறேன்னான்."

செந்தில் மெல்ல எழுந்து உட்கார்ந்தான். "அப்பா, கௌம்பு. நாம ஆசுபத்திரிக்குப் போலாம்" என்றான்.

பாவாயி அடிவாங்கியதைப் போலப் பார்த்தாள். இப்படி ஒரு பயல் ... தன் மகன் எதிரி மாதிரிப் போட்டி போடுகிறானே என்று அருவருப்படைந்த மாதிரி வெற்றிலை எச்சிலைக் காரிப் படலோரம் துப்பினாள். துப்பிவிட்டுப் பல்லைக் கடித்துக்கொண்டு அவள் பாட்டுக்கு ஏதோ முணுமுணுத்தாள்.

○

பள்ளிக்கூடத்துக்குப் பக்கத்தில் சம்புவின் கடையில் தான் பசங்களின் கூட்டம் அதிகமாய் இருக்கும். அங்கே வாசலோரத்தில் ஒரு செடி வளர்ந்திருந்தது. போலீஸ் தடி மாதிரி அடித் தண்டும் பெரிய இலைகளுமாக ஆளுயரத்துக்கு மேல் வளர்ந்திருந்த செடி பூக்காமல், காய்க்காமல் அப்படியே இருந்தது. சம்பு வருகிறவர்களிடமெல்லாம் அது என்ன செடி தெரியுமா எனக் கேட்டுக்கொண்டே இருந்தான். அந்தச் செடி செந்திலின் கனவில் வந்தது. விதவிதமான பூக்களையும் பழங்களையும் அது உதிர்த்துக்கொண்டிருந்தது. செந்தில் ஆசையாய் அந்தச் செடியைப் பிடித்து உலுக்கியபோது அவன் யாராலோ உலுக்கப்பட்டான். திடுக்கிட்டு எழுந்து உட்கார்ந்தான். விடிபல்பு வெளிச்சத்தில் அம்மா அவனையே பார்த்துக்கொண்டு உட்கார்ந்திருந்தாள். அது அவனுக்குப் புதிராய் இருந்தது.

"டேய் செந்திலு, ஒனக்குத் தெரியாததில்ல. நானும் சிவசண்முகமும் ஊர வுட்டுப் போறோம். நாளக்கி அம்மாக்காரி என்ன உட்டுட்டுப் போயிட்டாளேன்னு ஒரு எண்ணம் ஒனக்கு வரக் கூடாது. அம்மா வேணும்னா எங்கூட வா. அந்தாளும் பையனக் கூட்டியான்னுதான் சொல்லியிருக்காரு. என்ன சொல்ற?" செந்திலுக்குத் தலைக்குள் அக்கினியைக் கொட்டி விசிறிவிட்டதாகக் காந்தியது. 'என்ன பொம்பள இவ. ச்சீ!' ஆனால் கோபம் உயராமல் கிடுகிடுவெனக் கீழே இறங்கியது. எதுவும் புரியாமல் ஒரே குழப்பமாய் இருந்தாலும் எழுந்து நின்றுகொண்டு "நானும் உங்கூட வர்றேன்" என்றான்.

உறங்கிக் கிடந்த கிராமத்தைத் தாண்டிப் பாவாயி முன்னாலும் செந்தில் பின்னாலுமாக எதுவும் பேசிக் கொள்ளாமல் நடந்தார்கள்.

மெயின் ரோட்டில் பஸ் ஸ்டாப் சிமெண்ட் பெஞ்சில் சிவசண்முகம் உட்கார்ந்திருந்தான். இவர்கள் வருவதைப்

பார்த்து எழுந்து நின்றான். தலையில் கட்டுப் போட்டிருப்பது இருட்டிலும் வெள்ளையாய்த் தெரிந்தது.

"பஸ் போயிருச்சா?" என்றாள். "இன்னும் இல்ல" என்றவாறே செந்திலைப் பார்த்து இடது கையை நீட்டினான். செந்தில் அவன் கைகளுக்குள் புகுந்து கொண்டான்.

எந்தச் சத்தமும் இல்லாமல் சில நிமிஷங்கள் நகர்ந்தது. திடீரென செந்தில் விசும்ப ஆரம்பித்தான். "நா வரல்ல. நீங்க போங்க... நா... அப்பாகூட..."

"இந்தத் தெல்லவாரி நாயயும் கூட்டிகிட்டுப் போலாம்னு தோணிச்சே! உன் மண்டமேல செருப்ப எடுத்து அடிச்சாலும் என் ஆத்திரம் தீராது" என்றாள் பாவாயி. அவள் படக்கென இப்படிச் சொல்லிய விதத்தில் சிவசண்முகம் வெடித்துச் சிரித்தான்.

பஸ் வந்தது. ஆட்களைப் பார்த்து நின்றது. மூன்று பேரும் அடித்து வைத்த மாதிரி அப்படியே நின்றார்கள். வெவ்வேறு விதமான பாவங்களோடு நிற்கும் மூவரையும் விசித்திரமாய்ப் பார்த்தார் கண்டக்டர்.

('இப்படியாக செந்தில்' என்ற தலைப்பில் காலச்சுவடு, டிசம்பர் 2006, இதழ் 84இல் வெளியானது)

✽

இருவர்

சந்தோஷ் 2:55இலிருந்து அங்கே இருக்கிறான். சங்கர் மூன்று மணிக்கு வருவதாகச் சொல்லியிருந்தான். திடீரெனக் காற்று சுழன்று வீசியது. புழுதி படல் படலாக எழுந்து சாலையைத் தாண்டி வந்தது. சில நிமிடங்களில் சூறைக் காற்றுடன் கோடைப் பெருந்துளிகளும் சேர்ந்துவிட்டது. கடை ஆள் வெரிகோசினால் பாதிக்கப்பட்ட பயமுறுத்தும் கால்கள் வெளியே தெரியுமாறு லுங்கியை மடித்துக் கட்டிக்கொண்டு பிஸ்கட் ஜாடிகளைத் தூக்கி உள்ளே வைக்க ஆரம்பித்தான். காற்றும் மழையும் வெண்புகையாய் அடித்தது. காற்றுக்கெதிரில் கண்களைத் திறக்க முடியவில்லை. கடைக் குள்ளேயே மழை அவன் உடைகளை நனைத்து விட்டது. மழை முடிந்தபோது மணி மூன்று இருபது. சங்கரின் எண்ணுக்கு டயல் செய்யலாமா என்று யோசித்தபடி செல்லை எடுத்துச் சுழற்றிக் கொண்டிருந்தான். செல்லில் டியூலிப் மலரின் படம் இருந்தது. பக்கத்தில் இருந்தவன் "உங்க செல்லில் ப்ளூ டூத் இருக்கா" என்றான். "ஏன் கேக்கறீங்க?" "இல்ல இந்தப் பூ போட்டோ நல்லா இருக்கு எனக்கு அனுப்புவீங்களா" என்றான். அவனுக்கு விசித்திரமாக இருந்தது. சிரித்துக் கொண்டே ப்ளூ டூத்தை ஆன் செய்தான். சங்கர் இப்படித்தான் பக்கத்தில் யாரோ ஒருவரிடம் இருந்த அஜீத் படத்தைக் கேட்டு வாங்கி செல்லில் வைத்திருக்கிறான். டியூலிப்பின் பிரதி சென்று முடிந்ததும் சிரித்துக்கொண்டே அவன் கேட்டான். "நீங்க சங்கர் பிரண்டா". இவன் அவனை உற்றுப்

பார்த்தான். அவனை இதற்கு முன் எங்கேயும் பார்த்ததில்லை. இவனுக்கு என்னையும் சங்கரையும் எப்படித் தெரியும். ஒரு குற்றவாளியிடம் கேட்பது போல் கேட்டான் "உனக்கு எப்படித் தெரியும்". அவன் அலட்சியமாகச் சிரித்தபடி சொன்னான். "சங்கர் உங்களப் பத்தி எங்கிட்ட சொல்லியிருக்கான்". பேச்சிலிருந்த பூடகமும் மர்மமான சிரிப்பும் விசித்திரமாய் இருந்தது. அவன் இதற்கு முன் எப்பொழுதும் அப்படி யோசித்த தில்லை. அந்த அளவுக்குத் தீவிரமாக யோசித்தான். ஒரு கசப்பான கோபம் அவன் முகத்தில் பரவியது. ரோட்டில் செந்தண்ணீர் வெள்ளம் ஓடிக்கொண்டிருந்தது. அவன் இப்பொழுது சங்கரைப் பார்க்க விரும்பவில்லை.

காலையிலேயே வெயிலும் புழுக்கமுமாக இருந்தது. அவனுக்குப் படுக்கையிலிருந்து எழப் பிடிக்கவில்லை. களைப்பாக இருந்தது. தூக்கம் வரவில்லை. வெகுநேரம் அப்படியே படுத்துக்கிடந்தான். கரண்ட் ஆப் ஆகிவிட்டது. வியர்க்க ஆரம்பித்தது. எழுந்து சுவரை வெறித்துப் பார்த்தான். அமைதியைக் கிளறிவிட்டபடி விசிறி மீண்டும் ஓடி ஆரம்பித்தது. கரண்ட் வந்துவிட்டது. டிவியை ஆன் செய்து சினிமா சேனலைப் போட்டான். அவன் எப்போதும் ரசிக்கும் படம் சேனலில் ஓடிக்கொண்டிருந்தது. உடனே அவன் படு செயற்கை யாக உற்சாகமடைந்தான். அவன் தனியாக இருந்ததால் தனக்குத்தானே நடித்துக்கொள்ளும் அந்தச் செயலை வெகு நேரம் தொடர முடியவில்லை. சலிப்போடு டிவியை நிறுத் தினான். சங்கரின் சிரிப்பு மனதில் உறைந்து நின்றது. அதில் தெரியும் ஒரு நளினம். ஒரு பெண்ணைப் போன்ற மனநிலை இருப்பவர்கள்தான் ஆண்களை விரும்புகிறார்களா அல்லது ஆண்களை விரும்புவதனால் அவர்கள் அப்படி மாறிவிடு கிறார்களா? ஆனால் அவனைப் பற்றி இத்தனை நாளும் அணு அளவுகூட சந்தேகம் வந்ததில்லையே? நேற்றைய தனித்த இரவு முழுவதையும் அவன் கொதிக்க வைத்துவிட்டான். கடந்த இரவு மட்டும் அவன் வயதில் பாதிவரை நீடித்திருந்த தாகத் தோன்றியது. தன்னால் ஒரு ஆணை விரும்ப முடியுமா என நினைத்துப் பார்த்தான். ஏதோ ஒரு விநோதமான பூச்சி மேலெல்லாம் ஊருவதைப் போல இருந்தது.

பிஏ முடித்துவிட்டு ஏதாவது ஒரு சில்லறைக் கம்பெனியில் வேலைக்காக ஏங்கித் தேடும் அவர்களிருவரும் எங்கெங்கும் சேர்ந்தே சுற்றினர். அவர்களின் கண்களில் சதா காலமும் பள்ளி நாட்களும் கல்லூரி நாட்களும் உயிர்ப்போடு சுழன்று கொண்டே இருந்தது. உறுதியான எலும்போடு இறுக்கமாகப் பிணைக்கப்பட்ட சதைகளின் மீது போர்த்தப்பட்ட கறுத்துத்

தடித்த தோல் கொண்டது சந்தோஷின் உடல். அவன் உடலில் படித்த களை தெரியாது. கண்களில் அறிவுஜீவித்தனமான மின்னல் எதுவும் கிடையாது. சில உடல்மொழிகள் புன்னகைக்கும் போது தெரியும் ஒரு முத்திரையைக் கொண்டு அவன் படித்தவன்தான் என்பதைக் கண்டுபிடிக்கலாம். மௌனமாக ஆடாமல் அசையாமல் உட்கார்ந்திருக்கும் சமயத்தில் அவன் படித்தவனா இல்லை படிக்காதவனா என்பதைக் கண்டுபிடிப்பது கொஞ்சம் சிரமம். சங்கர் உடலில் ஒரு நுண்மையான மினுமினுப்புத் தென்படும். அறிவுஜீவித் தனமாக ஒரு கண்ணாடி அணிந்துகொண்டு சிகப்பாக இருப்பான். ஆடாமல் அசையாமல் உட்கார்ந்திருந்தாலும் பார்ப்பவர்கள் இவன் படித்தவன் என்பதைப் பளிச்செனக் கண்டுகொள்வார்கள். அதுவும் பிஏ என்றால் நம்ப மாட்டார்கள்.

இரண்டுபேரும் சதா பேசிக்கொண்டே இருப்பார்கள். இதில் சங்கர் பேசுவதுதான் அதிகம். அவன் பெண்களைப் பற்றிய புனைகதைகளை ஒத்த சங்கதிகளைச் சொல்லிக் கொண்டே இருப்பான். சந்தோஷ் அதில் தனக்கு ஏற்படும் சந்தேகங்களைப் பதற்றங்களை வெளிப்படுத்திக்கொண்டிருப் பான். இம்மாதிரியான விஷயங்களைப் பேசுவதற்கென்றே அவர்களுக்குள் ஒரு ரகசியமான குரல் இருந்தது. பக்கத்தில் யாராவது நின்று கவனித்தாலும் அவர்கள் என்ன பேசுகிறார்கள் என்பது யாருக்கும் புரியாது. விஷயத்தின் கிளுகிளுப்பு காரணமாக அவர்களிருவரும் ஒரே மாதிரி குறும்பாகப் புன்னகைத்தபடி பேசுவார்கள். இது அவர்களைப் பற்றி ஒரு வெளியில் சொல்ல முடியாத மருமமான சந்தேகத்தைப் பார்ப்பவர்கள் மனதில் கிளப்பும். அவர்களைக் கவனிக்க நேர்பவர்கள் ஏதோ ஒன்றை எதிர்பார்த்தபடி தீவிரமாகக் கவனித்துக்கொண்டே இருப்பார்கள். ஒருவரை ஒருவர் தொட்டுக்கொள்ளும்போதும் கைகளைப் பிடித்துக்கொள்ளும் போதும் கவனிப்பவர்களிடம் ஒரு நமட்டு உணர்வு ஏற்படும். நாம் நினைப்பது சரிதான் என்பதுபோலத் திருப்திப்பட்டுக் கொள்வார்கள். இதுபோன்ற நுண்ணுணர்வு இல்லாதவர்கள் என்ன பசங்களோ என்ன பிரன்ட்சிப்போ என்று தங்களுக்குள் சலித்துக் கொள்வார்கள்.

நீண்ட நெடிய வரலாற்றையுடைய இந்தப் பழக்கவழக்கங் களினால் காலத்தின் சில இடங்கள் இங்கே முக்கியமாகக் கவனிக்கவும் என்று சில சமயங்களைச் சந்தோஷ்க்குப் பிரத்யேக மாக மின்னிக் காண்பித்துக்கொண்டிருந்ததையும் அவன் அந்த உள்ளுணர்வைத் தொடர்ந்து புறக்கணித்துக் கொண்டே இருந்ததையும் இப்போதுதான் புரிந்துகொண்டான். இப்போது

எல்லாமே வெட்ட வெளிச்சமாகிவிட்டது. கிட்டத்தட்ட அது அப்படித்தான். அவன் இதுவரைப் பார்த்திராத சங்கரின் நண்பன் என்று சொல்லிக்கொண்ட ஒருவன் அவனை ஒரு பெண்ணைப் பற்றி விசாரிப்பது போல விசாரிக்கிறான். தவறவிட்ட காலங்கள் இப்போது பிரசாசமாக மின்னின. அவன் அதைப் பெரிதாக்கிப் பார்த்தான். ஏதேதோ பக்கங்கள் முடிவில்லாமல் தோன்ற ஆரம்பித்தன. சங்கரின் ஒவ்வொரு அங்க அசைவுகளும் பார்வைகளும் மனதுக்குள் ஒரு சல்லடைக்குள் ஓடுவது மாதிரி ஓட ஆரம்பித்தது. இப்போது எல்லாமே சந்தேகப்படும்படி இருப்பதாகத் தோன்றியது. ஒரே குழப்பமாக இருந்தது. அவன் ஒருமுறைகூடத் தன்னிடம் எல்லை தாண்டியதில்லை. ஏன் நான் அந்த அளவுக்குக் இல்லையா? இந்தச் சந்தேகம் அவன் மனதை வண்டுபோலக் குடைந்தது. ஒருவேளை அவனுக்குத் தன்மீதும் ஒரு கண் இருந்திருக்கலாமோ?

சந்தோஷ் பேப்பரை வெறித்துப் பார்த்துக்கொண்டிருந்தான். அவன் அதைப் படிப்பதுபோல் தெரியவில்லை. கடைக்குள் டிவியில் படம் ஓடிக்கொண்டிருந்தது. எதிர்சாரியில் எங்கேயோ எப்எம் தொணதொணத்துக்கொண்டிருந்தது. மழை பெய்து முடிந்த தார்ச்சாலை புதிதாக இருந்தது. இளஞ்சிவப்பு நிற ஜிர்பாரா மலரை அலட்சியமாகச் சூடியிருந்த பெண் ஒருத்தி டீ குடித்துக்கொண்டிருந்தாள். அவன் எழுந்து போய்விடலாமா என்று நினைத்தபோது சங்கர் வந்துவிட்டான். அவனைக் கண்டதும் குதூகலமாகச் சிரிக்கும் பழக்கத்தை வெறுத்தவனாய் நிதானமாய்ச் சிரித்தான். குழைவின்றி இறுக்கமாக இருந்தான். பார்ப்பவர்களுக்கு இரண்டு நண்பர்கள் பேசிக்கொண்டிருப் பதைப் போலத் தோன்றாமல் அறிமுகமில்லாதவர்களின் பேச்சு போன்ற பாவனையைக் கடைப்பிடித்தான். அவன் தொடும்போது விலகிக்கொண்டான். டீ குடிக்கும்போது பிரகாசமான மஞ்சள் வெயில் அடித்தது. சாயந்திர நேர நிழல்கள் தார்ச் சாலைவரை நீண்டு கிடந்தன. சந்தோஷ் நிழல்களைப் பார்க்கும்படி கண்காட்டினான். சங்கர் நிழல் களைப் பார்த்துவிட்டு ஒன்றும் புரியவில்லையென்று திரும்பிப் பார்த்தான். அவனுடைய நிழல் ஒரு பெண்ணைப் போல இருப்பதாகக் கூறி மெல்லச் சிரித்தான். சங்கர் ஒரு விநாடி யோசித்துவிட்டுச் சிரித்தான்.

தூக்கத்தில் மனதில் வெறும் கற்பனைகளாகவே ஓடியது. காமத்தின் வாசனை அறையெங்கும் நிரம்பித் ததும்பியது. சங்கரைப் பற்றி நினைக்கையில் ஆச்சரியமாய் இருந்தது. இத்தனை வருடங்கள் பழகியும் அவனுக்குத் தன்னை எப்படி

இவ்வளவு தூரம் மறைத்துக்கொள்ள முடிந்தது. அல்லது தான் என்ன யூகமில்லாத முட்டாளா? தன்னை முட்டாளாக்கிய அவன் சுயத்தை வெளிப்படுத்தியே தீருவது என்று வன்மத்துடன் நினைத்துக்கொண்டான். சந்தோஷின் உடைகள் தெளிவாகி விட்டன. நடையில் ஒரு கம்பீரமும் அலட்சியமும் வந்துவிட்டது. மெல்லிய சென்ட் வாசனை கிறங்கியது. தோளில் கை போட்டுக் கொண்டு பேசுவதை வழக்கமாக்கிக்கொண்டான்.

திடீரென "சினிமாவுக்குப் போகலாமா" என்றான் சந்தோஷ். அன்று ஞாயிற்றுக்கிழமை. அவன் கேட்டபோது மணி இரண்டரை. எல்லாத் தியேட்டர்களிலும் படம் போட்டிருப்பார்கள் என்றாலும் அவன் இத்தனை நாளாய்ப் படத்துக்குப் போவது பற்றிப் பேசியதில்லை. சங்கர் சரி என்றான். வெயில் பூமிமேல் கண்ணாடியாய் மின்னியது. தியேட்டர் வாசல்கள் வெயிலில் காய்ந்துகொண்டிருந்தது. கௌண்டரில் பணத்தை எண்ணிக்கொண்டிருந்தார்கள். பிரபலமான படங்கள் ஹவுஸ் புல் போர்டுகள் வரவேற்றன. மற்ற படங்கள் "இப்பதான் சார் போட்டது" என்றார்கள். சங்கர் மணி பார்த்தான். எப்படியும் அரைமணிநேரம் ஓடியிருக்கும். சந்தோஷ் அவன் தோளைப் பற்றித் திருப்பினான். சாக்கடைச் சுவரின் மேல் சுந்தரிகள் என்று போஸ்டர் ஒட்டியிருந்தது. "போலாமா" என்றான். இரண்டு பேரும் நியூசினிமா தியேட்டர் பக்கம் நடந்தார்கள். வெளியே எந்த நடமாட்டமும் இல்லை. உள்ளே கிட்டத்தட்ட தியேட்டர் நிறைந்திருந்தது. வியர்வையும் நிகோட்டினும் கலந்த ஒரு வாடையால் காற்று மேலும் சூடாயிருந்தது. மோசமாக வியர்த்தது. சங்கர் "பேசாம வீட்டுக்குப் போயிருக்கலாம்" என்றான். சந்தோஷின் கால்கள் அவ்வப்போது சங்கரின் கால்மீது மோதின. குனிந்து காதருகே என்னவோ படம் சம்பந்தமாகவும் சம்பந்தமில்லாமலும் பேசினான். கால்களைப் பரப்பி வைத்தபடி கொஞ்சநேரம் தூங்கினான். சீக்கிரமே படம் முடிந்துவிட்டது எரிச்சலாக இருந்தது. எல்லோரும் மந்தையாக வெளியேறிக்கொண்டிருக்கும்போது 'அப்படியா விசயம். நீ இவ்வளவு அழுத்தக்காரனா? எனக்கும் ஒரு நேரம் வரும் அப்ப கவனிச்சிக்கிறேன்' என்று மனதுக்குள் கறுவிக் கொண்டான். சந்தோஷ்க்கு அன்றிரவு மிகவும் கொடுமையாக இருந்தது. திரைக் காட்சிகள் மனதில் அசைந்துகொண்டே இருந்தன. சங்கர் சிலை மாதிரி இருக்கையில் வீற்றிருந்த கோலம். அவன் மனதில் தன்னால் காமத்தை ஊட்டமுடிய வில்லை. தன் உடல் ஒரு ஆண் விரும்பியைக்கூட ஈர்க்கக் கூடிய வகையில் இல்லை. பிறகு பெண்கள் எப்படித் திரும்பிப்

பார்ப்பார்கள் என்ற நினைவு அவன் மனதைக் கடுமையாகப் புண்ணாக்கிக்கொண்டிருந்தது. அடிக்கடி எழுந்து கண்ணாடியை வெறித்துப் பார்த்தான். ஒரு முடிவுக்கும் வரமுடியவில்லை. தூக்கம் வந்ததும் உடனடியாக வந்தக் கனவில் சங்கர் வந்தான். அவனை இறுக்குவதும் முறுக்குவதுமாக என்னென்னவோ செய்தான்.

கைப்பிடியில் வழக்கத்துக்கு மாறான ஒரு அழுத்தம் ஆழமாக ஊடுருவும் ஒரு பார்வை ரகசியம் தெரியும் என்பது போலவும் அதை நானும் எதிர்பார்க்கிறேன் என்பது போன்ற மாறுபட்ட மூச்சின் மூலம் அவனை வெளியே குதிக்க வைத்து விடலாம் என்று நினைத்தான். அது எவ்வளவு அபத்தமாகி விட்டது. ஒரு வேளை தன்னுடைய ஊகங்கள் எல்லாமே தவறா நினைக்கையிலேயே மூச்சு நின்றுவிட்டது. இந்த விளையாட்டு அவனுக்குச் சுத்தமாகப் பிடிக்கவில்லை. தான் மட்டும் ஏன் விசயத்தை இவ்வளவு படபடப்பாக அணுக வேண்டும். என்னால் மட்டும் அவனைப் போல அழுத்தக்கார னாக இருக்க முடியாதா?அவன் அதற்கும் மேல் அவனைச் சீண்டக் கூடாது என்று முடிவு செய்துகொண்டான்.

அவர்கள் வழக்கம் போல நண்பர்களாகிவிட்டார்கள். எப்போதும் போன்ற உரையாடல்கள் தொடர்ந்தன. சிறப்பாகக் கவனிக்கும் படியான குறியீடுகளைச் சங்கர் இப்போது விட்டுவைப்பதில்லை. அவனை அறியாமல் அப்படி எதுவும் வெளிப்பட்டாலும் சந்தோஷ் அதைக் கண்டுகொள்வதில்லை.

காலையில் கண் விழித்ததும் பரபரவென்று பல்விளக்கிக் குளித்து, சாப்பிட்டு, சாப்பாடு கட்டிக்கொண்டு பஸ்பாஸ் எடுத்து, விநாடி நேரம்கூடத் தவறவிடாமல் பஸ்சுக்குப் பறந்து புட்போர்டு ரோட்டில் உரசுமளவுக்குச் சாய்ந்திருக்கும் பஸ்ஸுக்குள் தங்களையும் திணித்துக்கொண்டு செல்லும்படி இரண்டு பேரும் வேலைக்குச் சேர்ந்துவிட்டார்கள். எல்லாம் வழக்கம்போலவே நடந்தது. அவர்களுடைய கல்யாணத்தைப் பற்றிய பேச்சு மூன்று மாதத்தில் தானாகவே வீட்டில் எழுந்தது. அவர்கள் கனவுகள் எல்லாம் வெறும் கனவுகள் என்று தெரிந்துகொள்ளும் வயது தங்களுக்கு வந்துவிட்டது என்று நினைத்தார்கள். வீட்டில் பெண் பார்ப்பதைப் பற்றி அவர்கள் எதுவும் சொல்லவில்லை. சந்தோஷைப் பொறுத்தவரை வேலைக்குப் போன உடனே பெண்களைப் பற்றிய அதிக சித்தாந்தங்களோ கனவோ எதிர்பார்ப்போ இல்லாதவனாய் ஆகிவிட்டான் அவனுக்குச் சீக்கிரமே ஒரு இடம் அமைந்து விட்டது.

சங்கர் இப்போது ஆளே மாறிப் போய்விட்டான். கண்களில் ஏக்கத்தின் வெறுமை படர்ந்திருந்தது. ஏதோ ஒரு விஷயம் தன்னுடைய கை நழுவிப் போவது போல நடுக்கத்துடன் இருந்தான். அந்த நடுக்கம் கண்களுக்குத் தெரியாவிட்டாலும் உணர முடிந்தது. அவனிடம் ஒரு கேள்வி வலிமையாய் மௌனமாய் வெளிப்பட்டுக்கொண்டிருந்தது. சந்தோஷ் இந்த மாற்றங்களைப் பீதியோடு அவதானித்தான். முன்பு எதிர்பார்த்த விஷயம் இப்போது பீதி ஏற்படுத்த என்ன காரணம் என்று அவனுக்குப் புரியவில்லை. எந்த வில்லங்கமும் இல்லாமல் இந்தப் பீதியூட்டும் காலம் அப்படியே போய்விட வேண்டுமென நினைத்துக்கொண்டான். சந்தோஷ் பத்திரிகை வைக்க ஒரு டூவீலரை ஓசி வாங்கிக்கொண்டு சுற்றிக்கொண்டிருந்தான். சங்கர் பின் சீட்டில் உட்கார்ந்துகொண்டு பேசிக்கொண்டே வந்தான். பேச்சில் கல்யாணத்திற்கு அவன் இவ்வளவு சீக்கிரம் சம்மதித்தது குறித்த குத்தல் ஏராளமாயிருந்தது. சந்தோஷ் சிரித்துக்கொண்டான். குத்தலின் காரணம் அவனுக்குத் தெரியும். ஆனாலும் கோபம் உண்டாகவில்லை. அவன் பேச்சை ரசித்துக்கொண்டு கூடவே இவனும் ஏதாவது ஜாலியாய்ப் பேசிக்கொண்டு இருந்தான்.

சிவதாபுரத்தில் இருந்து திரும்பும்போது நேரம் எட்டு மணியாகிவிட்டது. கஞ்சமலையின் தொடர்ச்சி பூதாகரமாய் நீண்டு சாலையுடன் வந்தது. ஆளரவங்கள் குறைந்துவிட்டன. தோள்களைப் பற்றியிருந்த சங்கரின் கைகளில் மாறுபாடான சக்தி வெளிப்பட்டது. அவை பாம்பாய் ஊர்ந்தன. சந்தோஷின் கவனம் கலவரமாய்ச் சிதறியது. எக்ஸெல் கரமுரவென அலறிப் புரண்டது. அவர்களிருவரும் ரோட்டிலிருந்து பத்துமுறை ஊருண்டுவிட்டனர். வண்டி ஆப் ஆகாமல் கதறிக்கொண்டிருந்தது. சந்தோஷ் ஓடிப்போய் வண்டியைத் தூக்கினான். பேண்ட்டும் சட்டையும் புழுதிமயமாகிவிட்டது. காயங்கள் எங்கும் தெரிகிறதாவெனப் பார்த்தான். நல்லவேளையாக ஒன்றுமில்லை. சங்கரைத் திரும்பிப் பார்த்தான். அவன் கைகளை உதறிக்கொண்டு நின்றுகொண்டிருந்தான். இவன் பயந்துபோய் ஓடினான். "என்ன ஆச்சி காயம் பட்ருச்சா" பதறியவனாய்க் கைகளைப் பற்றினான். அவன் "ஒண்ணுமில்ல" என்றுவிட்டுக் கையை வெடுக்கெனப் பிடுங்கிக்கொண்டான். டவுனுக்கு வந்தபோது மணி ஒன்பதரை ஆகிவிட்டது. வழக்கமான கடையில் வண்டியை நிறுத்தினான். சங்கர் பயங்கரமாக அவமானப்படுத்தப்பட்டவன் மாதிரி முகம் செத்திருந்தான். சந்தோஷ் அவன் முகத்தைப் பார்க்கும் துணிவு இல்லாதவனாக "டீ குடிக்கலாமா" என்று முணுமுணுத்தான். அவன் வேண்டா

மென்றான். "ஏன்டா இவ்வளவு டென்ஷனா இருக்க" ஆதரவாய் அவன் கையைப் பற்றினான். "எனக்கு உன்னைப் புரியுது. ஆனா என்னால முடியாது."

சங்கர் வெடுக்கெனக் கையைப் பிடுங்கிக்கொண்டான். "உன்னால ஏன் முடியாது. நீ எங்கிட்ட எப்படியெல்லாம் ட்ரை பண்ணின? நீ ஒரு மகா மட்டமான ஆள். பெரிய கேரக்டர் மாதிரி ட்ராமா போடற. என்னைக் கேவலப்படுத்தி வேறொரு லிஸ்ட்ல சேக்கனும்னு உனக்குக் குரூரமான ஆசை".

"சீச்சி அப்படிப்பட்ட ஒரு நினைப்பு எம் மனசுல ஒரே ஒரு செகண்ட்கூட வந்ததில்லை. நீதான் என்னைப் புரிஞ்சிக்காம சித்ரவதை பண்ற".

"என்னால உன்னவிட முடியாது. வருஷக் கணக்கா இருக்கிற நினைப்பு."

"அப்புறம் ஏன்டா நான் அந்த மூட்ல இருந்தப்ப நீ கல்லுளி மங்கன் மாதிரி இருந்த."

"அது இயற்கையா இல்லை. வாந்தி வர்ற மாதிரி செயற்கையா இருந்தது."

"ஓ இதுலகூட இயற்கை இருக்கா" சந்தோஷ் தன்னை மறந்து சிரித்துக்கொண்டு இதைச் சொல்லி விட்டான்.

சங்கர் நெருப்பாய் அவனைப் பார்த்தான். "இப்பக்கூட இந்தக் கல்யாணம்தான் என்னை இவ்வளவு தூரம் செயற்கையாய் நெட்டித் தள்ளிடுச்சி".

சந்தோஷ் அவன் தோளை ஆதரவாய்ப் பற்றினான். "கொஞ்சநாள் பல்லக் கடிச்சிகிட்டு அமைதியாய் இரு. எல்லாம் சரியாப் போயிடும்."

"நீ இப்பிடி உத்தம புத்திரனாட்டம் பேசறது எனக்கு எரியுது. உன்ன அப்படியே கொலகூடச் செய்யலாம் போல இருக்குது." இதைக் கேட்டு சந்தோஷ் அட்டகாசமாகச் சிரித்தான்.

அந்தச் சிரிப்பால் அவன் படுகாயப்பட்டுச் சீறினான். "நீ எப்படிக் கல்யாணம் பண்ணிக்கப் போறேன்னு நானும் பாக்கறேன். நீ ஒரு பொட்டநாய் அப்படின்னு பொண்ணு வீட்டுக்கு லெட்டர் போடறேன்". சந்தோஷின் சிரிப்பு அப்படியே உறைந்தது. சங்கர் ஓடிப்போய் சிக்னலில் நின்ற பஸ்ஸில் ஏறிக்கொண்டான்.

வாழ்வில் முதல் முறையாக இருவரும் சந்திக்காமலும் பேசாமலும் போன் செய்யாமலும் ஒரு வாரத்தைக் கடந்தனர். சங்கருக்கு மன அழுத்தம் கூடிக்கொண்டே போனது, கிட்டத் தட்ட வெடித்து விடுவதைப் போல. வீட்டில் எல்லோரும் ராமேஸ்வரம் கோயிலுக்குப் போகும்போது அவன் ஒரேயடியாய் வர மறுத்துவிட்டான். இரண்டு நாட்களாக அவன் வீட்டில் தனியே இருந்தான். வீட்டில் இருக்கும் எல்லாப் பொருட் களையும் உடைத்து நொறுக்க வேண்டும் என்ற நினைவு அவனை ஆட்டிப்படைத்தது. அவன் தன் கைகளைக் கட்டுப் படுத்த முடியாமல் அடிக்கடி சுவற்றில் குத்திக்கொண்டான். தன் வாழ்க்கையில் சந்தோஷ் என்றொருவன் இல்லை என்று நம்ப முயற்சித்தான். இனி அவன் முகத்தில்கூட எந்தநாளும் விழிக்கக் கூடாது என்று சத்தியம் செய்துகொண்டான்.

வெயில் பொசுக்க ஆரம்பித்துவிட்ட பத்து மணிக்கு சந்தோஷ் டிவிஎஸ் பிப்டியில் வீட்டுக்கு வந்தான். மஞ்சள் பையோடு வாசலில் தயங்கி நின்றான். “அம்மா இல்லையா?”

“கோயிலுக்குப் போயிருக்காங்க உள்ள வா”.

பேச்சு வராமல் இருவரும் சிறிது நேரம் திகைத்து நின்றனர். “கல்யாணப் பத்திரிகை வைக்கலாம்னு வந்தேன்” சந்தோஷ் சுவரைப் பார்த்துக்கொண்டு முணுமுணுத்தான்.

சங்கர் ஒரு இறுக்கத்தோடு “குடுத்துட்டுப்போ அம்மா வந்ததும் குடுக்கறேன்” என்றான்.

“நீ வரமாட்டியா?” என்றுவிட்டு ஒரு கணம் மௌனமாக இருந்தான். “அவளுக்கு ஏதோ லெட்டர் எழுதப் போறேன்னு சொன்னியே எழுதிட்டியா” என்றான்.

கேட்கும்போதே அவன் குரல் அழுகையில் நடுங்கியது. சங்கர் விசித்திரமான குற்றவுணர்வோடு நிமிர்ந்து பார்த்தான்.

“நீ எப்படி அப்படி ஒரு வார்த்தை சொல்லலாம்” சந்தோஷ் மெல்லிய குரலில் நடுங்கிக்கொண்டு கேட்டான்

“மன்னிச்சிக்க நா ஒரு பைத்தியக்காரன் உனக்குத் தெரியாதா இன்னுமா அதையே நெனைச்சிக்கிட்டிருக்கே” தன்னுடைய வார்த்தை எவ்வளவு தூரம் அவனைத் தாக்கி விட்டது என்று தெரிந்துகொள்ள நேர்ந்தபோது உண்டான நடுக்கத்தோடு சங்கர் இதைச் சொன்னான்.

“ஒரு செகண்ட் எனக்கு உன்னை அப்படியே நார் நாரா கிழிச்சிப் போடணும்னுகூட ஆத்திரம் வந்தது. ஆனா

என்னால முடியாது. பொண்ணு வீட்ல மட்டுமில்ல, எல்லார் கிட்டயும் என்னப் பத்திக் கத கட்டிவிட உன்னால முடியும். ஆனா உன்னப் பத்தி ஒருத்தர்கிட்டத் தப்பா சொல்ல என்னால முடியாது. அத மொதல்ல தெரிஞ்சிக்க" என்றுவிட்டு சந்தோஷ் அப்படியே தேம்பி அழ ஆரம்பித்தான். அவன் கையிலிருந்த மஞ்சள் பை டேபிளில் விழுந்தது. சங்கர் நிதானமாக எழுந்து வந்து அவனை ஒரு சகோதரனைப் போல அணைத்துக் கொண்டான். "என்னை மன்னிச்சிடு" உள்ளம் முழுவதுமே வார்த்தையாய் மாறி ஒலிப்பதைப் போல நிதானமாகச் சொன்னான்.

சந்தோஷ் அவனிடமிருந்து விலகி கண்களைத் துடைத்துக் கொண்டான். "வாயேன் போய் ஒரு டீ சாப்ட்டு வரலாம்" என்றான்.

✻